РОССИЙСКИЙ ЦЕНТР НАУКИ И КУЛЬТУРЫ

CULTURAL CENTRE OF RUSSIA

31-A, Dr. G. Deshmukh Marg,
Mumbai-400 026.

Tel. 495 2495
Fax. 495 1233

प्रिय वाचक-मित्रहो !

तुम्हाला फुलांच्या जगतात घेऊन जाताना व विविध फुलांविषयी परीकथा 'फुलांचे बोल' या पुस्तकातून तुमच्यापुढे सादर करताना आम्हाला अतिशय आनंद होत आहे. या कथांच्या मूळ लेखिका आहेत आन्ना साक्से आणि त्यांचा मराठी भाषेत भावानुवाद केला आहे, डॉ. सुनीती देशपांडे यांनी. त्या आमच्या 'कल्चरल सेंटर ऑफ रशिया', येथे रशियन भाषेच्या वरिष्ठ प्राध्यापिका व भाषा विभाग-प्रमुख म्हणून काम पाहत आहेत.

या सर्व अनुवादित कथा लोकप्रिय मराठी दैनिक 'सामना'च्या साप्ताहिक 'फुलोरा' पुरवणीमध्ये १९९७-१९९८ या काळात सातत्यानं प्रकाशित होत राहिल्या.

मला आशा आहे, की या फुलांच्या सौंदर्यानं रशिया भारत मैत्रीचे रंग अधिक गहिरे होतील व त्यांचा सुवासही असाच शतकानुशतकं दरवळत राहिल. आपल्या उभय देशांच्या मैत्रीचा इतिहास या परीकथांइतकाच रंजक आणि उद्बोधक आहे, यावषियी मला तिळमात्र शंका नाही.

या फुलांच्या जगतातील फेरफटका तुम्हा सर्वांना आनंददायी ठरो, ही सदिच्छा!

THE CONSULATE GENERAL OF THE RUSSIAN FEDERATION IN BOMBAY (CULTURAL DEPT.)

डॉ. दमित्री चेलिशेव
व्हाइस-कॉन्सुल, डायरेक्टर,
कल्चरल सेंटर ऑफ रशिया,

अभिप्राय

गाडी चुकल्याने आन्नाला गर्द जंगलातील पायवाटेने जावे लागले. तिच्या दोन्ही बाजूंना जिकडे तिकडे फुलेच फुले पसरली होती. त्या मुक्या फुलांशी तिचा भावसंवाद सुरू झाला. फुलांना वाचा फुटली. ती आन्नाला आपली जन्मकथा सांगू लागली. एकापेक्षा एक सुंदर, उत्कट हृदयस्पर्शी कहाण्या अन्नाने शब्दांकित केल्या. त्याच या फुलांच्या जन्मकथा...

– दैनिक तरुण भारत, मुंबई १६ सप्टेंबर, २००१

आन्ना साक्सेशी पायवाटेवरची सगळी फुलं बोलू लागली. स्वतःची सुख-दुःखे, शल्ये, आनंद सांगू लागली. तेच हे फुलांचे बोल. देशादेशांगणिक केवळ हे वनस्पतींचे भावविश्व पाहिले तरीही ते किती आशयधन असू शकते त्याची एक झलक 'फुलांचे बोल' हे पुस्तक देऊ शकते. हा ताटवा पुस्तक रूपात मोहकपणे साकारला आहे; त्यास शांता शेळकेंची फुलासारखी हळुवार आणि टवटवीत प्रस्तावना लाभली आहे आणि सोबतीला प्रत्येक फुलाची मुग्धता दर्शविणारी रेखाटनेही आहेत. ही मुग्ध फुले सुनीती देशपांडेंनी बोलकी केली आहेत.

– सामना, ३१ जानेवारी, २००१

लेखिका आन्ना साक्से ही पाऊलवाटेने जात असताना तेथील प्रत्येक फूल तिला आपली जन्मकहाणी सांगू लागलं. त्यांच साऱ्या कहाण्या शब्दबद्ध करून आन्नाने आपल्यासमोर मांडल्या आहेत. प्रत्येक कथेतून मानवी भावभावना, मानवांच्या मर्त्य वासना, विकार आणि एकंदर विचित्र मानवी स्वभावाचं परिष्करण घडतं. त्यामुळेच या कथा नुसत्या मनोरंजक नसून उद्‌बोधकही झाल्या आहेत. शांताबाई शेळक्यांसारख्या निसर्गवेड्या कवयित्रांची सुंदर प्रस्तावना, प्रत्येक फुलाचं बऱ्यापैकी रेखाचित्र आणि चंद्रमोहन कुलकर्णींचं छान मुखपृष्ठ यांसह मेहता प्रकाशनाची सुबक निर्मिती.

– मुंबई तरुण भारत, २५ नोव्हेंबर, २००१

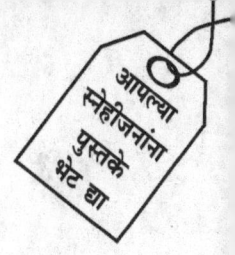

फुलांचे बोल

लेखिका
आन्ना साक्से

अनुवाद
डॉ. सुनीती अशोक देशपांडे

Presented by

**The Cultural Centre of Russia,
Mumbai**

मेहता पब्लिशिंग हाऊस

✆ +91 020-24476924 / 24460313
Email : info@mehtapublishinghouse.com
production@mehtapublishinghouse.com
sales@mehtapublishinghouse.com
Website : www.mehtapublishinghouse.com

◆ *या पुस्तकातील लेखकाची मते, घटना, वर्णने ही त्या लेखकाची असून त्याच्याशी प्रकाशक सहमत असतीलच असे नाही.*

FULANCHE BOL by ANNA SAKSE
Presented by The Cultural Centre of Russia, Mumbai
Translated into Marathi Language by Dr. Suniti Ashok Deshpande

फुलांचे बोल / अनुवादित कथासंग्रह

अनुवाद : डॉ. सुनीती अशोक देशपांडे
मराठी अनुवादाचे व पुस्तक प्रकाशनाचे हक्क मेहता पब्लिशिंग हाऊस, पुणे.
प्रकाशक : सुनील अनिल मेहता, मेहता पब्लिशिंग हाऊस,
१९४१, सदाशिव पेठ, माडीवाले कॉलनी, पुणे ३०.

मुखपृष्ठ : चंद्रमोहन कुलकर्णी
प्रकाशन काल : ऑगस्ट, २००१ / पुनर्मुद्रण : सप्टेंबर, २०१७

P Book ISBN 9788177662085
E Book ISBN 9789386888044
E Books available on : play.google.com/store/books
m.dailyhunt.in/Ebooks/marathi
www.amazon.in

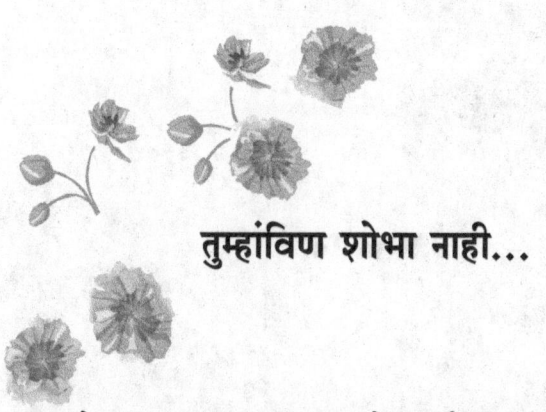

तुम्हांविण शोभा नाही...

शालेय शिक्षणाच्या कालखंडात प्रत्येक परीक्षेच्या निकालाची मी अधिरतेनं वाट पाहत असता, ''फक्त दुसरा नंबर कुणाचा आला आहे, तेवढं पाहून ये,'' असं अभिमानानं आणि कौतुकानं सांगणारे माझे स्वर्गवासी **बाबा** आणि मॉस्को येथे रशियन भाषेचे उच्च शिक्षण घेत असताना कित्येक हजारांमध्ये 'आपली सुनी' पहिली आली, म्हणून अजीव आनंदाच्या भरात अभिनंदन करण्यासाठी तिचा पत्ता केवळ 'सुनीती देशपांडे, मॉस्को' असा लिहून मला पत्र पाठवणारे आणि माझ्या बाबांच्या नंतर पहाडासारखे पाठीशी उभे राहणारे माझे स्वर्गवासी **मधुकरकाका**.....

(नंतर हे पत्र भरपूर 'फिरत राहून' नंतर काही काळ मॉस्को येथील भारतीय राजदूतावासापर्यंत प्रवास करून मला कसे मिळाले, ही एक वेगळी कहाणी!)

बाबांनी माझ्या या 'एकट्या लढाई'ची सुरुवातही पाहिली नाही आणि काका या लढाईच्या समाप्तीनंतर थोडेफार सूर्यकिरण दिसू लागत असतानाच या जगातून निघून गेले.

जवळजवळ दोन दशकं 'एकली पणती, मिणमिणती' होऊन वादळी वाटेवरून प्रवास करत असता यशाचे कित्येक 'अमृतानुभव' वाट्याला आले. मायदेशी, तसंच विदेशातही. ''मुलीच्या जन्माला आलो, म्हणून काय झालं? आपणही काही करून दाखवायचंच,'' हा हट्ट सारे अडथळे पार करत बराच पुरा करत आणला. आज 'तुमच्या सुनीला' चार माणसं नावानंही ओळखतात. पण तरीही

या साऱ्या साऱ्याला

'तुम्हांविण शोभा नाही, नाहीच...'

— सुनी

प्रस्तावना

'फुलांचे बोल' या पुस्तकाचा परिचय करून देण्यापूर्वी ज्यांनी या कथा मराठी वाचकांना सादर केल्या आहेत त्या डॉ. सुनीती देशपांडे यांचा परिचय प्रथम करून देणे आवश्यक आहे. डॉ. सुनीती देशपांडे या रशियन भाषेच्या उत्तम जाणकार आहेत. मॉस्को येथे पाच वर्षे राहून त्यांनी रशियन भाषेत डॉक्टरेट संपादन केली आहे आणि सध्या मुंबई येथील 'कल्चरल सेंटर ऑफ रशिया' या संस्थेत त्या रशियन भाषेच्या आध्यापिका आणि त्या भाषेच्या अध्यापन शाखेच्या विभागप्रमुख म्हणून काम करत आहेत, ही त्यांची व्यावसायिक ओळख झाली, त्याबरोबर विविध भाषांविषयी उत्कट कुतूहल आणि प्रेम मनात बाळगणारी एक रसिक भाषाभ्यासक हाही त्यांच्या व्यक्तिमत्त्वाचा एक पैलू त्यांच्या प्रत्यक्ष परिचयानंतर आपल्या ध्यानात येतो, आणि मग 'फुलांचे बोल' मधल्या कथांचे त्यांनी हौसेने अनुवाद करावेत या गोष्टीचे नवल वाटत नाही.

या पुस्तकातील फुलांच्या जन्मकथांइतकीच पुस्तकाची जन्मकथाही अद्‌भुत आहे. या कथांची मूळ लेखिका आहे आन्ना साक्से, ती जन्मली लाताव्हिया देशात. एकदा आगगाडीतून प्रवास करता करता आन्ना आपल्या मुक्कामाच्या स्टेशनावर उतरली. पण तिला उतरवून घेण्यासाठी कुणीच आले नव्हते. तेव्हा ती एकटीच एका पायवाटेने आपल्या मुक्कामाला ठिकाणाकडे चालू लागली. ही पायवाट गर्द जंगलामधून जात होती आणि तिच्या दोन्ही बाजूंना, आसपास जिकडे तिकडे फुलेच फुले पसरली होती. नाना रंगाची, नाना आकारांची, सुवासाने दरवळणारी नयन मनोहर फुले. ती फुले बघताना आन्नाचे कविहृदय उचंबळून आले. तिच्या कल्पनेला पंख फुटले. त्या मुक्या फुलांशी तिचा संवाद सुरू झाला. फुलांना वाचा फुटली. ती 'आन्ना'ला आपल्या जन्मकथा सांगू लागली. एकापेक्षा एक सुंदर, उत्कट,

हृदयस्पर्शी कहाण्या आन्नाने त्या कहाण्या शब्दांकित केल्या. त्याच या फुलांच्या जन्मकथा. नंतर या कहाण्या रशियन भाषेत आल्या. इंग्रजीमध्येही त्या अनुवादित झाल्या. आणि आता डॉ. सुनीती देशपांडे यांनी त्या मराठीतून आपल्यासमोर ठेवल्या आहेत. आपल्या अनुवादाला त्यांनी भावानुवाद म्हटले आहे. माझ्या दृष्टीने ही गोष्ट अर्थपूर्ण आहे. सरळ, शब्दश: अनुवाद करण्याऐवजी भावानुवाद करणे अधिक अवघड पण अधिक आवश्यकही असते. कारण भावानुवादामध्ये मूळच्या कलाकृतीचे सौंदर्य, तिची रसवत्ता वाचकांपर्यंत जास्त चांगल्या रीतीने पोहोचवता येते. त्याबरोबर त्या कलाकृतीशी वाचकांना हृदयसंवादही जास्त चांगल्या रीतीने पोहोचवता येते. त्याबरोबर त्या कलाकृतीशी वाचकांचा हृदयसंवादही जास्त उत्कटपणे होऊ शकतो.

एकूण अठ्ठावीस फुलांच्या जन्मकथा इथे निवेदन केलेल्या आहेत. यांतली काही फुले पाश्चात्य साहित्यातून आपल्या ओळखीची झालेली आहेत. व्हायोलेट, पिओनी, पॉपी, ऑर्चिड (ऑर्किड?) लायलॅक, मॅग्नोलिया अशा फुलांच्या केवळ नामोल्लेखानेही वाङ्मयप्रेमी रसिकांच्या मनात इंग्रजी कवितांत, ग्रंथांत आलेले त्यांचे विविध संदर्भ जागे होतात. पिओनी, पॉपी, मॉर्निंग ग्लोरी (प्रभातपुष्प) यांसारखी फुले जपानी हायकूंमधूनही क्वचित भेटतात. नार्सिसस फुलाची जन्मकथा वाचताना नार्सिसस आणि एको यांची आधी वाचलेली प्रणयकथा मनात उलगडू लागते त्याबरोबर आत्यंतिक आत्मप्रेमी व्यक्तीला मानसशास्त्रात 'नार्सिसिस्ट मनोवृत्तीची व्यक्ती' म्हणून फुले देशाची मर्यादा ओलांडून सर्व जगात पसरली आहेत हे त्यांना आपण दिलेल्या सूर्यफूल, पाणचाफा (कमळ), जंगली गुलाब, जलपर्णी (हायसिंग) या खास आपल्या नावांवरून सहज लक्षात येते. यांतली किती तरी फुले आपल्या देशात, अगदी आपल्या परसात सुद्धा आपल्याला भेटलेली आहेत हे जाणवते आणि पत्र त्यांच्याविषयी एक वेगळीच जवळीक वाटू लागते. अशी ही फुलांची दुनिया. या फुलांच्या नामोल्लेखानेच प्रथम वाचकांचे मन चाळवते आणि मग आन्नाला त्यांनी सांगितलेल्या आपल्या जन्मकथा जाणून घेण्यासाठी आपण उत्सुक होतो.

इथे आणखीही एक गोष्ट नमूद करावीशी वाटते. आपल्या धर्मात, आपल्या संस्कृतीत फुलांना, पानांना, वृक्षांना खूप महत्त्वाचे स्थान आहे. निसर्ग आणि मानव यांतले अतूट नाते आपण पूर्वीपासून जाणलेले आहे. आपल्या दैवतांना वेगवेगळी फुले पूजेसाठी हवी असतात. गणपतीला कमळ, केवडा, जास्वंद या फुलांचे प्रेम आहे. विठ्ठलाला तुळशीची मंजिरी हवी असते. मारुती रुईफुलांची माळ धारण करतो तर शंकरासारख्या हलाहल प्राशन करणाऱ्या आणि विषारी सर्प अंगावर खेळवणाऱ्या उग्र दैवताला विषारी असे धोतऱ्याचे फूल भक्ताने आपणास वहावे

अशी अपेक्षा असते. शमी, तुळस, बेल, वड, पिंपळ या झाडांनाही आपल्या सांस्कृतिक जीवनात विविध संदर्भ प्राप्त झाले आहेत. फुलांच्या जन्मकथा देखील आपल्याकडे नाहीत असे नाही. श्रीकृष्णावर लुब्ध असलेली पण त्याला वश करून घेऊ न शकणारी वृंदा शेवटी वृन्दावनात तुळशीचा जन्म घेते आणि तिची मंजिरी कृष्णाला (आणि त्याचाच अवतार असलेल्या विठ्ठलाला) परमप्रिय होऊन बसते. तुलसीवृंदा आणि श्रीकृष्ण यांचे हे जन्मजन्मांतरीचे प्रेमाचे नाते आपल्याकडच्या एका अनामिक कवयित्रीने एका ओवीमधून मोठ्या मार्मिक रीतीने प्रकट केले आहे. ती म्हणते, 'जिला नाही लेक तिने तुळस लावावी। तिच्या अंगणात येतो गोविंद जावई. प्राजक्ताच्या फुलाचीही अशीच एक हृदयस्पर्शी जन्मकथा आपल्याकडे प्रचलित आहे. सूर्यावर भाळलेली पण त्याचे उग्र तेज सहन न करू शकलेली एक कुमारिका जागच्याजागी मरून जाते. ती प्राजक्ताच्या झाडाच्या रूपाने पुन्हा जन्म घेते. रात्रभर ती सूर्याचे स्मरण करते आणि पहाटे तो उगवला की त्याच्यासाठी पांढरी शुभ्र सुवासिक फुले टपटप गळून ती आपले प्रेम त्याच्या चरणी वाहते. दुरूनच सूर्याची भक्ती करणारे सूर्यफूल आपल्या जागेवर खिळलेले असूनही सूर्याकडे टक लावून बघते. तो आकाशमार्गाने जसजसा जाईल त्या त्या दिशेने मान वळवते आणि तो अस्ताला गेल्यावर अधोमुख होऊन स्तब्ध राहाते! संस्कृत साहित्यात सूर्यदर्शनाने फुलणाऱ्या कमलिनी आणि चंद्रदर्शनाने विकसित होणाऱ्या कुमुदिनी यांची अनेक सुंदर वर्णने आपल्याला वाचायला मिळतात. दूरस्थ राहूनही प्रेमालिंगनाचे सौख्य अनुभवणाऱ्या कुमुदिनीचे अतिशय हृद्य असे चित्र ज्ञान देवांनी एका ओवीत रेखाटले आहे. ती ओवी अशी आहे-

आपुला ठावो न सांडिता।
आलिंगिजे चंद्रु प्रकटता।
हा अनुराग भोगिता। कुमुदिनी जाणे।।

आपल्याकडचे हे विविध संदर्भ काहीशा विस्ताराने दिले ते येवढ्यासाठीच की 'फुलांचे बोल' मधल्या वेगवेगळ्या कथांशी समरस होणे मराठी वाचकाला अवघड तर जात नाहीच पण त्यांतील अनुभवांशी, भावाविस्काराशी समान्तर असलेल्या आपल्याकडच्याही काही अद्भुतकथा, लोककथा त्याला आठवत राहातात. कोकणात प्रचलित असलेली एक लोककथा इथे सांगावीशी वाटते. बहिणीने निवडून साफ केलेले पोहे तोंडात टाकताना भाऊ त्यांतले काही पोहे बहिणीने आधीच खाल्ले असल्याचा तिच्यावर आळ घेतो. दुःखाने हृदय भग्न झालेली बहीण मरून जाते. आपण तिच्यावर खोटा आरोप केला असल्याची जाणीव भावाला नंतर होते. तोही दुःखाने मरून जातो आणि कवडा पाखराच्या रूपाने पुन्हा जन्म घेतो. कोकणात टोकाशी पोह्याच्या आकाराची फुले असलेले गवत सड्यावर सर्वत्र पसरलेले दिसते.

हेच ते लोककथेतले सीतेचे पोहे! ते पोहे बघून बहीणीचे सीतेचे स्मरण करणारा कवडा पक्षी म्हणतो, 'सीते कवडा पोर पोर। सीतेच्या हातचे पोहे गोड गोड! कोकणात हे कवडा पक्ष्याचे करुण आक्रंदन आजही कानांवर पडते.

'फुलांचे बोल' मधल्या फुलांच्या जन्मकथा अशाच चित्तवेधक आहेत. काही कथांत मीलनाचा आनंद आहे. काहींमध्ये चिरवियोगाचे दु:ख आहे. कुठे कुटुंबप्रेम, कुठे अपत्यवात्सल्य, कुठे त्याग, कुठे अपार वेदना सोसण्याची शक्ती, अशा विविध भावनांची चित्रे इथे बघावयास मिळतात. आणि शेवटी या अद्‌भुतरम्य कथांमधूनही मानवी संसाराचेच रंग उमटलेले आहेत असे आपल्या प्रत्ययाला येते. या कथा फुलांनी आन्नाला सांगितलेल्या असोत किंवा सर्जनशीलतेच्या एका उत्कट, बेभान अवस्थेत आन्नाला स्वत:लाच त्या स्फुरलेल्या असोत, त्या अतिशय सुंदर आहेत यात शंका नाही. त्या वाचताना वाचक कथांमधल्या पात्रप्रसंगाशी समरस होतो. त्यांची सुखदु:खे, त्यांचे वासनाविकार तो स्वत:च अनुभवू लागतो. या दृष्टीने कथांमधल्या वेगवेगळ्या फुलांचे मानुषीकरण करण्यात लेखिका यशस्वी झाली आहे असे म्हटले पाहिजे.

सर्व कथांची उदाहरणे येथे देणे अर्थातच शक्य नाही. पण काही कथा एकदा वाचल्यावर त्यांचा लवकर विसर पडणे अवघड होऊन बसते. अनेक कथांमधून नियतीची विपरीत चेष्टिते बघावयास मिळतात. तर काही कथांमध्ये लोभ, स्वार्थ, मत्सर यांसारख्या दुर्गुणांना बळी पडून त्या त्या फुलांनी आपल्या हातानेच आपला नाश करून घेतला आहे असेही दिसून येते. इथल्या बऱ्याच कथांमध्ये 'प्रेम'. तेव्हा ते अतिशय नाजूक, तरल, सुंदर असावे यात काही आश्चर्य नाही. पण या प्रेमाचा मार्गही सुगम नसतो. कधी त्यात दैव आडवे येते. कधी मत्सरामुळे ते कलुषित होते तर कधी परस्परांविषयीचा गैरसमज सुद्धा प्रेमी जनांत दुरावा निर्माण करतो. 'पिओनी' या फुलाच्या कथेत कौटुंबिक जबाबदारीच्या जाणिवेने प्रेमपूर्तीच्या आनंदाला जन्मभर पारखी झालेली पिओनी लेखिकेने रंगवली आहे. पिओनीचा वाङ्‌निश्चय होतो. तेवढ्यात तिची आई मरण पावते. सायमन या वाङ्‌निश्चित वरावरचे आपले प्रेम बाजूला ठेवून बिचारी पिओनी भावंडांची जबाबदारी पत्करते. मग एकेका भावंडाच्या सुखासाठी ती दोन दोन वर्षे लग्न थांबवते. भावंडांच्या जबाबदाऱ्या कधी संपतच नाहीत. सायमन आपल्या प्रियेची प्रतीक्षा करत राहातो. वर्षामागून वर्षे जातात. शेवटी सारी भावंडे आपापल्या जीवनात रमतात. पिओनीची आता कुणालाच गरज भासत नाही. वृद्ध झालेली, कमरेत वाकलेली पिओनी अजूनही सायमनची वाट बघत राहते. शेवटी मृत्यू तिला न्यायला येतो. पिओनी मरण पावते. तिच्या थडग्याजवळ एक अनोळखी पुरुष येऊन उभा राहातो. तो असतो सायमन. जन्मभर पिओनीसाठी तळमळत राहिलेला. सायमन तिच्या समाधीवर एक फूल वाहातो.

त्याचे नाव असते 'पिओनी', पिओनीच्या विफल प्रेमाचीही ही कथा पऱ्यांच्या विश्वातली असली तरी ती वास्तवाचा संदर्भ घेऊन येते. कुटुंबियांसाठी, भावंडांसाठी जन्मभर कष्ट करून एकाकी जीवन कंठणाऱ्या, संसारसुखाला पारख्या होणाऱ्या आपल्या जगातल्या अनेक स्त्रियांचे प्रतिबिंब पिओनीत पडले आहे.

'कक्कू फ्लॉवर' या फुलाच्या जन्मकथेतही प्रत्यक्ष जगातल्या घटनांचा पडसाद उमटलेला आहे. तरुण आणि रुप सुंदर कक्कू भेटेल त्या तरुणाशी प्रेमाचे खेळ खेळते. पण त्या प्रणयक्रीडेतून जन्म पावलेल्या अपत्यांचा मात्र ती लगेच त्याग करते. ती कुणाकुणाकडे सांभाळायला ठेवते. वर्षामागून वर्षे जातात. कक्कूचे तारुण्य ओसरते. रूपांचे बेरूप होते. तरुण वयांतली बेफिकिरी नाहीशी होऊन जाते. आता तिला स्मरण होते आपण जन्माला घातलेल्या मुलांचे. तोच तिच्या वार्धक्यातला आधार असतो. ज्या ज्या घरात तिने आपली मुले सांभाळायला ठेवलेली असतात. तिथे तिथे जाऊन ती त्या मुलांना बोलावून आणते. त्यांनी आईविषयीचे आपले कर्तव्य पाळावे असे ती त्यांना सांगते. पण ज्या मुलांना आईची माया, तिचे वात्सल्य कधी लाभले नाही ती आता तिच्याविषयीचे आपले कर्तव्य काय म्हणून पार पाडणार? कक्कूची सारी मुले तिला झिडकारून दूर निघून जातात. एकाकी, वृद्ध कक्कू दु:खाने विव्हळ होते. आणि अशा वेळी लंगडत आलेली एक मुलगी 'आई' म्हणून तिला हाक मारते. ती कक्कूचीच मुलगी असते. आणि ज्यांच्याकडे तिला सांभाळायला ठेवलेले असते त्या माणसांनी. 'कक्कूची कार्टी' म्हणून तिला घरातून ढकलून दिलेले असते. ती कथा ऐकून कक्कू स्तंभित होते. त्याबरोबरच त्या मुलीच्या तोंडचा 'आई' हा शब्द ऐकून तिचे हृदय उचंबळून येते. तिच्या एकाही अपत्याने 'आई' म्हणून तिला हाक मारलेली नसते. ती अमृतमधुर हाक कक्कू आयुष्यात प्रथमच ऐकते. ती म्हणते, 'आई म्हणून हाक ऐकण्यात केवढा आनंद आहे! या शब्दात केवढे सौंदर्य आहे!' आयुष्यात प्रथमच कक्कूच्या डोळ्यांतून आसवे ओघळू लागतात. मोठमोठी, टपोरी आसवे. आणि ती जिथेजिथे जमिनीवर ठिबकतात तिथे तिथे पांढऱ्या आसवांसारखी सुंदर फुले उमलतात. याच फुलांना 'कक्कू फ्लॉवर' म्हणून ओळखले जाते. मातृप्रेमाची महती सांगण्याची, मातेचे कर्तव्य समजावून देणारी ही सुंदर कथा आपल्या वास्तव जगातल्या बेजबाबदार पालकांचे हृदयभेदक चित्रण करत नाही काय?

'कॅमेलिया' फुलाची जन्मकथाही अशीच आपल्याला मनाला भिडणारी आहे. कॅमेलियस हा सर्वसंग परित्याग केलेला साधू नैष्ठिक ब्रह्मचर्य पाळत असतो. स्त्रीसहवास त्याने कटाक्षाने वर्ज्य मानलेला असतो. पण हाच कॅमेलियस सुंदर प्रियादच्या प्रेमात पडतो. पण द्रियाद ही कुणी हाडामासाची सजीव स्त्री नसते. तो असतो एका वृक्षाचा आत्मा, वृक्षाच्या ढोलीत राहणाऱ्या चिमुकल्या द्रियादला

पकडून तो तिला आपल्या घरी घेऊन येतो. द्रियाद त्याला विनवून सांगते, 'अहो, मी नसले तर माझं झाड कोमेजून जाईल ना? मला माझ्या झाडाकडे परत जाऊ द्या!' कॅमेलियस तिला तिच्या झाडापाशी आणून सोडतो. पण एव्हाना झाड कोमेजून मरणाच्या पंथाला लागलेले असते. झाडाबरोबर द्रियादही क्षीण होते. कणाकणाने विरघळून जाऊ लागते. शेवटच्या क्षणी जिवाच्या आकान्ताने ती कॅमेलियसला म्हणते, 'झाडाच्या अगदी वरच्या फांदीतच थोडासा प्राण उरलेला आहे. ती तोडा आणि जमिनीत रोवून टाका!' कॅमेलियस फांदी तोडून जमिनीत लावतो. ती तिथे रुजते. कालात्नराने तिला सुंदर शेंदरी फुले येतात. ही फुले प्रथम जपानच्या भूमीत फुलली. तिथून वृद्ध कॅमेलियस त्या फुलांना फुलदाणीत ठेवतो. 'द्रियाद द्रियाद' म्हणून प्रेमाने साद घालतो. सहप्रवाशांना त्या अवघड नावाचा उच्चार करणे जमत नाही. फुलांवर लुब्ध झालेल्या वृद्ध साधूची आठवण म्हणून ते त्या फुलांचे 'कॅमेलिया' असे नामकरण करतात! एका ब्रह्मचाऱ्याची ही प्रेमकथा जितकी सुंदर तितकीच कारुण्यपूर्ण आहे.

'फुलांचे बोल' मधल्या काही कथांतून वर सांगितल्याप्रमाणे मानवी जीवनातील घटनांचे प्रतिबिंब उमटले आहे हे खरे पण मूलतः या परीकथाच आहेत. म्हणून त्या वाचताना आपल्याला सतत हॅन्स अँडरसन, ग्रिम बंधू यांच्या परीकथांचे स्मरण होत राहाते. या कथांतले वातावरण त्या कथांसारखेच अद्‌भुतरम्य आहे. फुलापानांची, पशुपक्ष्यांची, निसर्गातील विविध भाववृत्तींची ही दुनिया मनाला मोहून टाकते. इथली काही फुले आपल्या परिचयाची आहेत. हे आधी सांगितलेच आहे पण फॉक्सटेल, लेडीज स्लिपर, ब्लीडिंग हार्ट, फॉर्स्टरिआना, डुकराचा कान, दलझाम, ग्लॅडिओलस यांसारखी फुले आपल्याला माहीत नसतात. त्यामुळे त्यांच्या जन्मकथा वाचताना काही वेगळ्या आनंदाची प्रतीती येते. इथले प्राणी माणसांसारखे वागतात. तसेच भावभावनांनी युक्त असतात. इथल्या गोगलगायी, लांबकान्या ससा, दुष्ट सर्पासूर, प्रेमळ पऱ्या, आखुड शेपट्यांचे आणि लांब शेपट्यांचे उंदीर यांच्या जगात वावरताना फार गंमत वाटते. इसाप, पंचतत्राचा लेखक विष्णुशर्मा यांनी निर्माण केलेल्या पशुपक्ष्यांच्या जातीचेच 'जन्मकथा' मधले हे पशुपक्षी आहेत. त्यामुळे या कथा लहान मुलांना तर रंजक वाटतीलच पण मोठ्या माणसांनाही त्या वाचताना रंजनाबरोबर उद्‌बोधनाचाही आनंद मिळेल.

डॉ. सुनीती देशपांडे यांनी या मूळच्या कथांचे केलेले भावानुवाद मूळ कथांतील भाव सौंदर्याचा आपल्याला उत्तम प्रत्यय आणून देतात. अनेक कथांमध्ये जीवनदर्शन घडवणारी काही सुंदर, सुभाषित वजा वाक्ये आली आहेत. ती स्वतंत्रपणेही परिणामकारक वाटतात. 'प्रेम म्हणजे काही केवळ आंधळी शक्ती नव्हे. ते शहाणे आणि प्रसंगी धूर्तही असू शकते.' 'आम्हा माणसांमध्ये असते त्याहूनही कैक पटींनी

अधिक असूया देवदेवतांमध्ये असते. इतकी की आपल्याहून कुणी अधिक भाग्यवंत असेल ही कल्पनाही त्यांना सहन होत नाही.’ ‘आपल्या मनाप्रमाणे आपल्या मुलांचे संगोपन करण्यात कधी कधी देवदेवतांनाही पुरेसे यश मिळत नाही.’ ‘प्रेम शांत, स्निग्ध असू शकते तसेच ते आगीसारखे रखरखीतही असते.’ ही वाक्ये उदाहरणादाखल बघावीत.

परीकथा या स्वतंत्रपणे रंजक असतातच. परंतु भोवतालच्या निसर्गाविषयी, पशुपक्ष्यांच्या जीवनाविषयी आपल्याला त्या अधिक संवेदनाक्षम करतात. त्याबरोबर परीकथांतले जग कितीही अद्‌भुतरम्य असले तरी आपल्या वास्तव जीवनाशी, त्या जीवनातल्या विविध सुखदु:खांविषयी त्यांचे काही एक गूढ असे नाते असते. त्या दृष्टीने प्रतिकात्मक अर्थपूर्णतेने त्या आपली जीवनविषयक जाणही निश्चित अधिक वाढवतात. इसाप, विष्णुशर्मा, हॅन्स ॲण्डरसन, ग्रिम बंधू यांच्या कथा म्हणूनच जगातल्या सर्वश्रेष्ठ साहित्यात समाविष्ट झालेल्या आहेत. लातिव्हियात जन्मलेल्या कुणा एका आन्ना साक्सेने लिहिलेल्या विविध फुलांच्या या जन्मकथा म्हणूनच आपल्या मराठी मनाशी जवळीक साधनात आणि त्या आपण तन्मय होऊन वाचतो. रशियन भाषेत अनुवादित झालेल्या कथा मराठीत आणून डॉ. सुनीती देशपांडे यांनी आपल्याकडचे परीकथांचे विश्व तर समृद्ध केले आहेच. परंतु आजच्या पर्यावरण विचारांच्या काळात त्या दृष्टीनेही त्यांचे मोल निश्चित मोठे आहे. या सुंदर वाङ्मयकृतीच्या भावानुवादाबद्दल मी डॉ. देशपांडे यांचे मन:पूर्वक अभिनंदन करते, त्याबरोबर या पुस्तकापाशीच न थांबता त्यांनी असे आणखीही अनुवाद आम्हांला सादर करावेत अशी मी त्यांना आग्रहाने व आपुलकीने सूचना करते.

– शान्ता ज. शेळके

अगदी 'हलकं फुलकं'. . .

कोणताही छंद, आवड, जेव्हा 'मर्मबंधातील ठेव' होऊन आपल्या आयुष्यात प्रवेश करते, तेव्हा ते आपलं वेडच बनून जाते. मग हे वेड केवळ सांभाळायचं, जपायचंच नसतं, तर त्याला प्रेमाचं खतपाणी घालून आपलंस करून घ्यायचं असतं. यानंतर असं वाटू लागतं, की हा निरंतर आनंदाचा ठेवा केवळ आपल्या पुरताच मर्यादित न ठेवता चारचौघांना त्याविषयीचं कौतिक सांगून आपला आनंद द्विगुणित, शतगुणित करावा.

'आन्ना साक्से' या लातावियन (पूर्वीच्या सोविएत संघाचा एक भाग) लेखिकेचा परिचय वाचला, तेव्हा वाटलं, असतात अशी माणसं. निसर्गवेडी. पानाफुलांत रमून जाणारी. 'फुलं माझ्याशी बोलू लागली' हा त्यांचा केवळ भाबडा समजच नाही, तर कथेमागून कथा वाचत जात असता, हा त्यांचा आग्रही दावा आहे, याची खात्री पटते.

'फुलांच्या परीकथा' हे पुस्तक प्रथमतः जेव्हा हातात आलं, तेव्हा मी रशियन भाषेची विद्यार्थिनी होते. नवा शब्द आढळला, अवघड वाक्यरचना सतावू लागली, की शब्दकोशाचा आधार घेत, कधी शिक्षकांना प्रश्न विचारत मी या कथा सातत्यानं वाचत राहिले. प्रत्येक कथा जागच्या जागीच खिळवून ठेवणारी. ही केवळ 'हे फूल', 'ते फूल' अशी नपुसकलिंगी पुष्परूपं नसून प्रत्येक फुलाचं मनोगत हे साक्षात स्त्रीजीवनाचं प्रत्ययकारी दर्शन आहे. प्रत्येक मुलीला, स्त्रीला, कुठंना कुठं तरी काहीतरी ओळखीचं सापडल्याचं, भेटल्याचं भासत राहतंच, हे मला खूप स्त्रियांकडून ऐकायला मिळालं.

या परीकथांचं वाचन जेव्हा मराठीत अनुवाद करण्यासाठी मी नव्यानं करू लागले, तेव्हा प्रत्येक कथा नव्यानं विचार करण्यास भाग पाडू लागली. उदा.

सूर्यफूलाची कथा. ती सूर्यकन्या वडिलांच्या मर्जीविरुद्ध, त्यांच्या नाराजीची पर्वा न करता लग्न करून पस्तावणारी. कितीतरी मुलींना ओळखीची वाटावी, अशी ही हट्टी मुलगी किंवा 'मॅग्नोलिया'चं उदाहरण घ्या. प्रियकरावर जीव ओवाळून टाकणारी आणि प्रसंगी त्याच्यासाठी प्राणही देणारी ही वेडी मुलगी 'केईको' किंवा तारुण्याचा कैफ आणि गर्व अनावर होऊन आपल्या पोटच्या मुलांचीही पर्वा न करणारी ही 'कक्कू' किंवा सावत्र आईचा पारंपारिक वारसा चालवणारी दुष्ट आई- 'डुकराचा कान' या नावानं ओळखल्या फुलाच्या जन्माच कारण ठरावी. स्त्रीचं विलोभनीय आकर्षण प्राप्त झालेली आणि झाडाचा आत्मा असलेली 'द्रियाद'. कुठं थांबावं, हे न समजल्यामुळे अखेर पुरुषी वासनेचा बळी ठरली आणि पुढे त्या 'साधू' पुरुषाच्याच (कॅमेलियस) नावानं 'कॅमेलिया' म्हणून जगभर प्रसिद्ध झाली. ज्याच्याशी उद्या आपलं लग्न व्हायचं आहे, त्याला आपली सारी गुपितं ठाऊक होणारच. मग ती आजच सांगितली, तर बिघडलं कुठं? अशा भाबड्या विचारानं स्वत:चाच विनाश ओढवून घेणारी ती 'सिंतकासीविना' अशी किती म्हणून उदाहरणं सांगावित?

या कथांची प्रथम वाचक आणि टीकाकार- अर्थातच माझी आई. तिची टीकास्त्रं मल्लिनाथाच्या लेखणीपेक्षाही कठोर आणि दुधारी असतात. शिवाय, दृष्टी शिस्तपूर्ण शिक्षिकेची. त्यामुळे एखादी मात्रा उकारही तिच्या चाणाक्ष नजरेतून दुर्लक्षित राहिली नाही. "हे काय लिहिलं आहेस?" किंवा "हे कशाचं भाषांतर आहे?"... "हे पुन: लिहून काढ" 'तुझ्या लिखाणात या... एकाच शब्दाची फार पुनरावृत्ती होत आहे. ती टाळायला हवी." या आणि अशा अवघड परीक्षांतून या कथा उतरल्या आहेत. अनुवादात एके ठिकाणी मी 'माळी' शब्द वापरण्याऐवजी 'बागवान' शब्द निवडला होता, तो तिने मूळ कथाविषय माहीत नसतानाही चुकीचा आहे, हे त्वरित ओळखून बरोबर शब्द द्या जागी मला लिहायला लावला.

मुळातच साऱ्या कथा अतिशय सुंदर आहेत. प्रत्येक फुलाचं जसं रंग-रूप व सुवासादि वैशिष्ट्यं आगळीवेगळी, त्याचप्रमाणं त्याची जन्मकहाणीही. त्या छापण्याकरिता ज्या वृत्तपत्रांकडे विचारणा केली, तेव्हा त्या प्रकाशित करण्यासाठी नकारार्थी उत्तर कुणीच दिलं नाही. पण मला जरुरी होती, ती साऱ्या अठ्ठावीस कथा एकाच शीर्षकाखाली एका पाठोपाठ एक छापून येण्याची. तसा उत्स्फूर्त प्रतिसाद देऊ केला 'सामना'चे कार्यकारी संपादत श्री. संजय राऊत यांनी. शनिवारच्या 'फुलोरा' पुरवणीत या कथा प्रकाशित होऊ लागताच अनेक वाचकांचे अभिप्राय पत्ररूपाने, प्रत्यक्ष भेटीत किंवा दूरध्वनीवरून मिळू लागले. त्या कथांमध्ये कुठं परिचित व्यक्तिमत्त्वाशी ओळख पटल्याची, तर कुठे आपल्या आयुष्याशी साधर्म्य दाखवणाऱ्या व्यक्तिरेखा भेटल्याची दिलखुलास पावती मला बऱ्याच लोकांनी दिली. लोकप्रियतेचा लावायचा ठरला, तर त्यात सर्वात वरचा क्रमांक सूर्यफूलाच्या जन्मकथेचा लागतो.

आपण वडिलांच्या मर्जीविरुद्ध विवाह केल्यामुळे त्यांची प्रतिक्रिया सूर्यदेवाच्या रागापेक्षा दाहक होती, असे एका नवविवाहितेने सांगितले, तर एका स्त्रीने तीस-पस्तीस वर्षांपूर्वी पित्याचे न ऐकता विवाह केला, तर ते तोंडही पाहण्यास तयार नव्हते, पण आशीर्वाद मागण्यासाठी गेल्यावर डोळ्यांच्या कडांवर थांबून राहिलेल्या अश्रूंच्या श्रावणसरी झाल्या आणि त्या वर्षावानं लेकीचा अपराध धुवून काढला, अशी प्रांजळ कबुली दिली.

सावत्र आई ही वाईटच असते, असा एक सर्वसाधारण समज. अपवादानं प्रेमळ असलेल्या 'सावत्र आईची' उदाहरणंही कमी नाहीत. 'डुकराचा कान' ही कथा वाचून पार्ल्याहून एक बाई मला भेटायला आल्या.

"तुमची कथा वाचली आणि फार, फार अस्वस्थ वाटू लागलं. मी माझ्या सावत्र मुलाशी आजवर फार वाईट वागले. त्याला 'सावत्र' शब्दाचा अर्थ समजत नव्हता, तेव्हापासूनच. पण मी आता त्याच्याशी चांगलं वागेन. 'माझा मुलगा' मला असा मातीमोलानं गमवायचा नाही. असे मनमोकळे मनोगत ऐकून वाटले, मूळ कथालेखिका आन्ना साक्से यांच्यापर्यंत या साऱ्या प्रतिक्रिया पोचवल्या पाहिजेत.

'मॅग्नोलिया' ही कथा वाचून एका दंपतीनं सांगितलं आमच्या घरात एकटि पत्नी कमावती. मी मुलं व घर सांभाळतो. पण माझी स्वप्नं, मनसुबे पत्नीच्या सहकार्यानं चालू राहतात. फक्त फरक एवढाच, की आम्ही आपल्या सुखासाठी 'रक्तपिपासू' बनणार नाही. कथा एवढ्यासाठी आवडली, की बाह्य रूप-रंग यामागे केवढी व्यथा दडलेली असू शकते, हे समजलं.

कथा प्रकाशनाला तयार झाल्यानंतर हट्टानं व आवडीनं त्या मागून घेऊन वाचणारे माझे विद्यार्थी-मित्र. प्रत्येक कथा वाचून झाल्यावर गच्च डोळे मिटून घेऊन त्यांनी दिलेली नि:शब्द प्रतिक्रिया हा एक खास पारितोषिकाचा आनंद या साऱ्या पारितोषकांचं धन मी एकत्र केलं, तर ते मोजता मोजता त्या श्रीमंत कुबेराचे हात बिचारे थकून जातील...

पुस्तकाला प्रस्तावना लाभली आहे मा. शांताबाई शेळके यांची. त्यांनी केवळ छापील व कृत्रिम शब्दांनी ती लिहिलेली नाही, तर प्रत्येक शब्दातून त्यांचे आशीर्वाद व सदिच्छा या साऱ्या फुलांचं सौंदर्य व सुवास घेऊन ओथंबून वाहत आहेत, अशी प्रचीती येते. प्रकृती ठीक नसतानाही त्यांनी प्रत्येक अनुवादित कथा वाचून तिच्यावर अभिप्राय लिहिलेला आहे. माझ्यासारख्या छोट्या लेखिकेला शांताबाईंसारख्या थोर लेखिकेकडून कृपाशीर्वाद मिळावेत, हे माझं केवढं थोर भाग्य!

या कथा पुस्तकरूपानं 'फुलांचे बोल' या शीर्षकानं प्रकाशित करण्यासाठी 'सामना'चे कार्यकारी संपादक मा. श्री. संजय राऊत यांनी परवानगी त्वरित दिली.

त्यांचं व 'सामना'मधली जेष्ठ सहकारी श्री. सुरेंद्र मुळीक यांचं सहकार्य फार फार मोलाचं. त्यांच्याविषयी ऋण मानण्यासाठी मला आभाराचे औपचारिक शब्द वापरायचे नाहीत.

या कथा अनुवादाच्या अवस्थेत असताना ज्यांनी सतत उत्कंठा, उत्साह दर्शवला ते माझे प्रिय, सख्खे नातलग-कोल्हापूरचे डॉ. दु. का. संत आणि कुटुंबीय, चुलत भाऊ चि. प्रसाद देशपांडे आणि कुटुंबीय आणि माझी आत्या. श्री व सौ. हर्डीकर आणि कुटुंबीय आणि "मॅडम, हल्ली काय लिहित आहात?" किंवा "म्हणजे? हल्ली तुम्ही काही लिहीतच नाही?" असा प्रेमळ तगादा लावणारा माझा प्रचंड विद्यार्थी-वर्गही. या साऱ्यांची धास्ती नसती, तर पुस्तकाचे प्रकाशन कदाचित अधिक लांबणीवर पडले असते.

'मेहता' कुटुंबीय आमच्या कोल्हापूरचे. 'मेहता पब्लिशिंग हाऊस'चीं 'विजय-पताका' आपल्या पुस्तकाला लाभावी हे आज कित्येक लेखकांचं स्वप्न असतं. या पुस्तकातील अठ्ठावीस फुलांचं तोरण या 'विजय-पताके' सहितच दिमाखानं मिरवत, गाजत मराठी वाचकांसमोर येणार, हे माझं केवळ महद्‌भाग्य!

माणसाच्या आयुष्याची कहाणी ही त्याच्या जन्मापासून सुरु होते आणि यापैकी प्रत्येक फुलाची जन्मकथा ते जन्माला येण्यापूर्वीच संपलेली आहे. तरीही, प्रत्येक फूल ही एक स्वतंत्र व्यक्तिरेखा आहे. प्रत्येक फुलाला मन आहे, रागलोभादि भावना आहेत, सफल प्रेमाची आशा आहे आणि संपूर्ण प्रेमाची प्रतीक्षाही.

माझ्या वाचकांनी यातील केवळ फुलंच नाही, तर त्यातील एखादी पाकळी जरी आपली समजून गोड मानून घेतली, तरी माझी लेखणी बापडी धन्य होऊन जाईल.

– सुनीती

अनुक्रमणिका

फॉर्स्टेरियाना
(Forsteriana)

फुलं एकमेकांशी बोलत असताना तुम्ही कधी ऐकलंय? नाही ना! खरं तर आजवर मीही कधी ऐकलं नव्हतं. वसंताच्या आरंभकाली एक दिवस सकाळी सकाळी माझ्या कानांवर एक संभाषण पडलं. बोलत होती दोन फुलं. एक होतं हिमांगी नावाचं आणि दुसरं होतं तितकेच सुंदर दुसरं एक फूल– फॉर्स्टेरियाना. उझबेकिस्तान त्याची मातृभूमी होती. बोलण्याचं काम एकटं उझबेकी फूल करत होतं आणि हिमांगी नावाचं फूल शांतचित्तानं सारं ऐकत राहण्याचं. अधूनमधून प्रश्नादाखल काही पुटपुटत राहायचं. एवढंच.

सांगू का तुम्हाला पुरती कहाणी? सांगतेच. 'फॉर्स्टेरियाना' या फुलांची रोपटी मला एका माझ्या मैत्रिणीनं दिली होती. झेरावशान नावाचा पर्वत आहे उझबेकिस्तानात. खास तिथून स्वत:च्या हातानं खणून ती रोपटी मला तिनं दिली होती. ही रोपटी मी माझ्या बागेत लावली. घराच्या भिंतीलगतच 'हिमांगी' या फुलाशेजारी.

त्यावर्षी वसंतानं लवकर पाय रोवायला सुरुवात केली होती. यावेळेस एरव्ही नसावा एवढा उष्मा जाणवत होता. मार्च महिना चालू असला तरी बर्फाचा एक हलकासा थर अजूनही राहिला होता. हवेमध्ये धुक्याचा अंश अधूनमधून जाणवत राहायचा. सूर्यप्रकाशाची तीव्रता हळूहळू जाणवू लागली होती. आणि या दोन फुलांनी सूर्यप्रकाशाच्या आणि वसंताच्या स्वागतासाठी आपली इवलीइवलीशी डोकी वर काढली होती.

एप्रिलमध्ये एक दिवस मी रात्री उशिरापर्यंत काम करत, लिहित राहिले. अखेर एका पूर्णविरामानंतर जेव्हा मी लेखणी खाली ठेवून नजर वर केली, तेव्हा आकाशाच्या कडा पहाटेच्या स्वागतासाठी लालसर गुलाबी झाल्या होत्या. खिडकी उघडली आणि आरामखुर्चीत स्वत:ला झोकून देत मी सकाळच्या ताज्या, मोकळ्या हवेचा आनंद घेऊ लागले.

एकाएकी मला एक मंजुळ आवाज ऐकू आला. एखादा चांदीचा घुंगूर किंवा नाजूक काचेचा प्याला... हळूच काही अनोखा नाद मागे ठेवून जात असावा असा मला भास झाला. कुणी बोलल्यासारखेही वाटले.

"सुप्रभातम्".

काही क्षण शांतता पसरली आणि नंतर एक गंभीर आवाजही ऐकू आला– उत्तरासहित–

"सलाम अलेकुम"

मी कान देऊन ऐकू लागले. संवादाला हलकेच सुरुवात झाली होती.

"तू आमच्या बागेत नवीन आहेस का?"

"हो. हा पहिलाच बहर आहे माझा."

"चल तर, आपण ओळख करून घेऊ. माझं नाव हिमांगी."

"आणि मी इथं पाहुणा आहे– फॉर्स्टरियाना."

"तुझा मायदेश कोणता?"

"फार दूरवर आहे– उझबेकिस्तान."

"खरंच, खूप लांबून आलास." हिमांगी या फुलानं असं म्हटलं खरं, पण हा देश नक्की किती दूरवर आहे आणि कोठे आहे तिनं हे न समजल्यामुळे पुन्हा म्हटलं–'

"तू मला तुझी सारी कहाणी सांगायला हवीस. आमच्या बागेचा तसा कायदाच आहे मुळी."

"फार दुःखभरी कहाणी आहे माझी." दीर्घ निःश्वास सोडून ते फूल म्हणालं.

"ही कहाणी फॉर्स्टरियाना फुलाच्या प्रत्येक जुन्या पिढीकडून नव्या पिढीकडे पोचवली जाते. एका छोट्या, गुणी मुलीची आठवण जिवंत ठेवण्यासाठी. आमच्या लाल–जांभळ्या बहरामध्ये तिची खोल व्यथा दडलेली आहे."

"तर मग सांगच. नक्की सांग मला. मी ऐकायला फार अधीर झाले आहे."

"ऐक तर मग. जवळजवळ एक हजार वर्षांपूर्वी 'झेरावशान' पर्वतांच्या एका खोल खोल दरीमध्ये सबीरजान नावाचा एक गुराखी राहायचा. फार गरीब होता बिचारा. ज्या शेळ्यांची तो राखण करायचा त्या त्याच्या नव्हत्या, तर हमीद नावाच्या एका श्रीमंत असामीची ती मालमत्ता होती. सबीरजानच्या मालकीचं काय होतं, तर दोन बळकट हात, स्वतः तयार केलेली बासरी आणि काळ्याभोर सुंदर केशसंभाराचं धन बाळगणाऱ्या सात मुली. त्यापैकी जी सर्वात लहान होती, तिचं नाव होतं फॉर्स्टरियाना. सबीरजानचं आपल्या मुलीवर जरी जिवापाड प्रेम होतं तरी तो सतत दुःखीकष्टी होऊन म्हणत राहायचा की, हेच जर त्याचे सात मुलगे असते तर?

"पण मुलीऐवजी मुलगे हवे होते असं तो का म्हणत राहायचा?"– न राहवून हिमांगीनं विचारलं.

"कारण मुलगा हा पित्याचे पंख असतो आणि मुलींचं काय? जसं लग्न होईल तशा जातील निघून. नंतर मागं उरेल ते रिकामं घर, एकाकी आणि उदास मनं.

सर्वात लहान मुलगी फॉर्स्टेरियाना सातही मुलींत सुंदर होती. एक दिवस ती वडिलांसाठी शेतात जेवण घेऊन आली. तिचं वय होतं दहा वर्षांचं. वडिलांना दुःखी पाहताच आठवतील तशी हलकीफुलकी गाणी गाऊ लागली. नाजुक पावलांनी नकळत नृत्याचा तालही धरला. नाचत गात असताना तिच्या गालांवर हलका लालिमा पसरत राहिला आणि तिचे काळेभोर डोळे तारकांप्रमाणे चमकू लागले. त्याक्षणी कोणतीही राजकन्या या निसर्गसुंदर वैभवाची बरोबरी नसती करू शकली.

याच वेळी झालं असं, की श्रीमंत उमराव हमीद त्या बाजूनं घोड्यावरून जात होता. आपल्या शेळ्या मोजत मोजत पुढे पुढे निघाला होता. त्यानं या मुलीला नाचत, गात असताना पाहिलं मात्र, त्यानं झाडामागं घोड्याला थांबवलं आणि चोरट्या नजरेनं या मुलीचे मोहक पदन्यास न्याहाळू लागला.

आपलं नृत्य संपताच ती वडिलांना म्हणाली,

"अब्बा, मला सारं आयुष्य असंच नृत्य- संगीतात घालवायला आवडलं असतं. लोकांची मनं रिझवत."

"उगी, उगी मुली." अब्बा दुसरीकडे नजर वळवत म्हणाले, "आपण गरीब आहोत. नृत्यासाठी लागणारी उंची, आकर्षक वस्त्रभूषणं आपल्याला कशी मिळू शकतील? आणि हा सारा संच असल्याशिवाय तुझ्या नृत्याला रंगत कशी येऊ शकेल?"

हमीद घोड्यावर स्वार झाला. एवढ्यात वडिलांचं जेवण आटोपून रिकामा डबा घेऊन फॉर्स्टेरियाना घरी जायला निघाली. चालता चालता जशी ती घोड्याजवळून जाऊ लागली तसं हातानं खेचून त्यानं तिला आपल्या पुढ्यात घोड्यावर बसवलं आणि भरधाव घोडा पळवत तो तिला आपल्या किल्ल्यावर घेऊन गेला.

हमीदनं या मुलीला एका खोलीत जायबंदी केलं. तिथं तिच्यासारख्याच शेकडो मुली अगोदरच कैदेत ठेवलेल्या होत्या त्या अहोरात्र गालिचे विणत असत. खोली मोठी होती, पण अंधारी आणि धुळीनं भरलेली. काम होतं फार कष्टाचं आणि कंटाळवाणं. या बंदिशाळेच्या भिंती जाड होत्या आणि खिडक्यांचे गज बलदंड होते. ना कधी सूर्याचं दर्शन व्हायचं, ना कधी पक्ष्यांची किलबिल कानी पडायची.

दुःखाचा पहिला भर असह्य होत होता. एकामागोमाग एक ऋतू जाऊ लागले. फॉर्स्टेरियानाला हिंडण्या-फिरण्याची, मोकळ्या हवेत बागडण्याची अशी ओढ लागत असे! वाहते, स्वच्छंद झरे, पक्ष्यांची गाणी यासाठी तिचा लहानसा जीव फार बेचैन होत असे. कधी कधी तिला वाटायचं, आपल्याला जर आपलं स्वातंत्र्य परत मिळालं नाही तर कदाचित जीवच द्यावा लागेल.

त्या खोलीला खिडकीही नव्हती. होती ती एक खिडकीवजा फट. तिनं त्या फटीतून खाली पाहिलं. नुसतं गवत दिसत होतं आणि त्यावर फुटक्या काचांचे

तुकडे इतस्ततः विखुरलेले होते. म्हणजे कुणी पळून जायचा प्रयत्न केलाच तर पायांना दुखापत होऊन गवतातच कोसळलायला हवं.

एक दिवस काय झालं, फॉर्स्टेरियानानं पाहिलं की, कुणी पक्षी त्या खिडकीच्या फटीत येऊन उभा राहिला होता. तिनं ओळखलं, हे एक छोटं कबूतर होतं. फरिझोदाचं– तिच्या बहिणीचं.

आता काय करावं? बहिणीला आपला ठावठिकाणा कसा कळवावा? एक तर तिला लिहिता येत नव्हतं. तिला एक युक्ती सुचली. तिनं आपल्या केसांच्या काही बटा कापल्या; जे गालिचे विणत होती त्यांचे काही लोकरीचे धागे तिनं घेतले आणि हे सारं त्या खिडकीच्या फटीतून बाहेर सारलं. त्या इमानी पक्ष्यानं ते झेलून घेतलं आणि बाहेर उडूनही गेला. जाताना मान किंचित कलती करून तिचा निरोपही घेतला.

जेव्हा फरिझोदाला आपल्या बहिणीचा संदेश मिळाला, तेव्हा ती बुचकळ्यात पडली. बहिणीच्या सुटकेसाठी काय करावं?

त्या गावात औषधी वनस्पतींची चांगली माहिती असलेली एक वृद्ध स्त्री राहायची. तिचं नाव होतं तुरसुनोझा. तिला चेटूकविद्याही अवगत होती. पण ती या विद्येचा उपयोग दुसऱ्याच्या भल्यासाठीच करायची.

फरिझोदा या स्त्रीच्या शोधात बाहेर पडली. त्या स्त्रीनं ही दुःखभरी कहाणी फरिझोदाकडून ऐकली. नंतर चंद्रावर आपली दृष्टी खिळवत ती म्हणाली–

"स्वातंत्र्य असं दिलं जात नाही. ते मिळवायचं तर त्याची किंमत मोजावी लागते आणि ती मोजावी लागते रक्तानं."

"रक्त कुणाचं? माझ्या बहिणीचं?" फरिझोदानं भीतभीत विचारलं.

"तुझ्या बहिणीचंच केवळ नाही, तर तुझं आणि तुम्हा साऱ्या बहिणींचंही रक्त हवं. तुमचे कोणी मित्र, आप्तस्वकीय असतील तर त्यांचंही. ते तुमच्याइतकेच परिस्थितीनं गरीब असले पाहिजेत. ऐक आता.

आजपासूनच्या तिसऱ्या रात्री चंद्र मध्यरात्रीपर्यंत वर यायचा नाही. त्या रात्री हमीदच्या किल्ल्यावर भलीमोठी मेजवानी असते. सर्वप्रथम तेथील रखवालदार मद्यानं बेभान होतील. हे नेहमीचंच आहे. त्यांना बऱ्याचदा प्राणांची किंमत द्यावी लागते, तरीही त्या रात्री तुम्ही साऱ्या बहिणी आणि तुमचा आप्तवर्ग यांनी या किल्ल्यापाशी जमायचं आहे. ज्या खोलीत तुमची बहीण कैदेत आहे तिची खिडकीसारखी एक लहानशी फट हे कबूतर तुम्हाला दाखवेल. तुम्ही अनवाणी पायांनी खिडकीजवळ जायचं आणि खिडकी उघडायची. गवतावर सर्वत्र काचांचे तुकडे पसरलेले असतील. पण तुम्ही जायचं आहे, ते अनवाणी पायांनीच. का, तेही सांगते. यावेळेपर्यंत हमीदच्या लक्षात आलेलं असेल की, त्याचे रखवालदार निसटून गेलेले आहेत. तो

सर्वांचा पाठलाग सुरू करेल. रक्ताळलेल्या पावलांचा जर एकच मार्ग दिसला, तर तो तुम्हाला त्वरित पकडेल. पण जर असे अनेक मार्ग दिसतील, तर मात्र तो गोंधळून जाईल. एका, दुसऱ्या, तिसऱ्या आणि साऱ्याच मार्गांवरून पर्वतावर तो खालीवर भ्रमंती करत राहील. त्यामुळे किल्ल्याच्या अगदी वरच्या टोकापर्यंत तुम्ही पोचू शकाल. तिथपर्यंत तर त्याचा घोडा नक्कीच पोचू शकणार नाही.

या वृद्ध स्त्रीनं दिलेल्या सर्व सूचना त्या रात्री फरिझोदानं तंतोतंत अंमलात आणल्या. मद्यप्राशन केलेल्या रखवालदारांचं लक्ष या मुलींकडे गेलं नाही. रक्तानं माखलेल्या पायांनी त्या भिंतीपर्यंत जाऊन पोचल्या. खिडकीपाशी जाऊन आपल्या बहिणीला हाका मारू लागल्या. फॉर्स्टेरियानानं खाली उडी मारली. तिची अनवाणी पावलं काचांनी भरलेल्या गवतात पडताच एक आर्त किंकाळी ऐकू आली.

आता साऱ्या मुली पायथ्याच्या दिशेनं धावत सुटल्या. इतके कष्ट, इतक्या वेदना असूनही त्यांच्या तोंडातून एक शब्दही उमटला नाही की एखादा दुःखद निःश्वासही ऐकू आला नाही. कारण यामुळे त्यांचं उद्दिष्ट सफल होणार नव्हतं. एवढ्यात त्यांना घोड्यांच्या टापांचा आवाज ऐकू आला.

"हमीद हमीद." आपला पाठलाग सुरू आहे. धावा, धावा. साऱ्या मुली वाट फुटेल तिकडे धावत सुटल्या. पण बिचाऱ्या फॉर्स्टेरियानाला जाणवलं की, आपल्या अंगातील शक्ती हळूहळू कमी कमी होत आहे. इतरांबरोबर ती धावू शकली नाही. हमीदच्या घोड्याच्या टापा आता अगदी तिच्याजवळ येऊन पोचल्या.

"आता काय करायचं? पुन्हा त्या बंदिवासाची पुनरावृत्ती? पुनश्च ते अंधारातील कोंडलेले जीवन? नाही, नाही. मी स्वतंत्र असेपर्यंतच मरणं पसंत करीन."

ती आपल्याशीच बोलत राहिली आणि बोलत असतानाच तिनं घोड्यांच्या टापांखाली स्वतःला झोकून दिलं. घोड्यानं तिला जबर घायाळ केलं हे खरं, पण असं करत असताना ठेचकाळून त्याचा एक पाय मोडला. हमीद खाली कोसळला स्वतःच्या नशिबाला बोल लावत आणि सकाळीसकाळी या मुलींना पकडण्यासाठी माणसं पाठवण्याची शपथ घेत घेतच तो माघारी परतला.

काही अडखळती पावले टाकत फॉर्स्टेरियाना बर्फात कोसळली. घायाळ, रक्तबंबाळ अवस्थेत.

दुसऱ्या दिवशी तिचा शोध घेण्यासाठी हमीद नोकरांचा ताफा घेऊन या ठिकाणी आला. तिथं जे दृश्य दिसलं ते पाहून तो जागच्या जागीच थिजून गेला.

फॉर्स्टेरियानाचा इवलासा देह नव्यानं पडत राहिलेल्या बर्फानं झाकून गेला होता. आणि जिथं जिथं तिचं रक्त सांडलं होतं तिथं तिथं लालसर जांभळ्या फुलांच्या बहराचं नक्षीकाम रंगलं होतं.

"ही अशी माझी जन्मकहाणी. फॉर्स्टेरियाना नावाच्या फुलाची." ते एवढं

बोललं आणि गप्पगप्प होऊन गेलं.

काय बोलावं ते हिमांगी या फुलालाही समजेना.

एकाएकी मला सकाळचा गारठा जाणवू लागला. आरामखुर्चीतून मी उठले आणि खांद्यावर शाल लपेटून बाहेर बागेत आले.

काही जादूची कांडी फिरावी त्याप्रमाणे सर्व ताटव्यावर मऊ, मऊ शुभ्र बर्फाची शिंपण झाली होती, भिंतीलगतच्या वाफ्यामध्ये एक लालसर जांभळ्या रंगाचे फूल उमललेलं होतं– फॉर्स्टरियाना.

मी वाकून पाहिलं.

इतका वेळ कहाणी ऐकण्यात रंगून गेलेलं. हिमांगी हे फूलही मस्तक किंचित झुकवून तिथं उभं होतं.

आणि झुकून गेलेल्या त्या चिमुकल्या मस्तकावर निरखून मी पाहिलं.

तिथं एक चिमुकला अश्रू होता. गोठून गेलेला.

◆

गोड वाटाण्याचं फूल
(Sweet Pea)

फार फार वर्षांपूर्वी एका गावात एक माणूस आपल्या तीन मुलांसमवेत राहायचा. हे तिघंही लहान होते अजून. त्यामुळे आपल्या वडिलांना कामात मदत करणं अजून शक्य होत नव्हतं. दूर जंगलात जाऊन वडील लाकडं तोडून आणायचे. वडील कित्येक दिवस परत नाही यायचे. आपल्या मुलांसाठी खाणं मात्र ठेवून जायचे. ते असायचे उकडलेले वाटाणे. एका वाडग्यात ठेवलेले हे वाटाणे ते पाण्यात भिजवून खात राहायचे आणि मग वडिलांची वाट पाहत राहायचे.

एक दिवस काय झालं, मुलं वाट पाहत राहिली, पण वडील परत आले नाहीत. वाडग्याच्या तळाला फक्त सहा वाटाणे राहिले होते. दुसरा भाऊ म्हणाला की, हे वाटाणे बरोबर वाटून घेता येतील असे खावेत– प्रत्येकाला दोन–दोन मिळतील, पण वडील भावाचं म्हणणं असं पडलं की, वडिलांच्या अनुपस्थितीत

त्याचंच मत सर्वांत महत्त्वाचं. प्रत्येकानं दोन– दोन वाटून न घेता असं करावं– तीन वाटाणे त्याला एकट्याला, दोन वाटाणे दुसऱ्याला आणि सर्वांत लहान भावाला मात्र एकच. शिवाय त्यानं असंही सांगितलं की, वडील आल्यानंतर कुणीही तक्रार करता कामा नये.

ते आता पहिला घास घेणार, एवढ्यात दारावर टकटक झाली. एक वयोवृद्ध माणूस आत आला. त्यानं पांढऱ्या लोकरीचा कोट घातला होता आणि पायात होते स्वत: तयार केलेले, शेतात काम करायचे बूट.

आपल्या हातातील पिशवी जमिनीवर ठेवत ते गृहस्थ खुर्चीत विसावले. फार थकून गेल्यासारखे दिसत होते.

"नमस्कार, मुलांनो."

"मला इतकी म्हणून भूक लागली आहे की पुढं एक पाऊलही टाकणं शक्य नाही." मोठ्या भावाला उद्देशून ते म्हणाले,

"तू तुझा घास मला दे आणि मग पहा, देव तुला भरपूर देईल."

“जो देतो आणि देऊ करतो त्याच्यासाठी देव पाठवतो”

हे ऐकताच मोठा भाऊ हसू लागला.

“परीकथांमध्ये या अशाच गोष्टी ऐकायला मिळतात. तुम्हाला काय वाटतं, आजच्या दिवसात माझा अशा चमत्कारांवर अजून विश्वास आहे? तुम्ही निघावं हे बरं.”

ते काही जायला निघाले नाहीत. दुसऱ्या भावाकडे वळून म्हणाले,

“तुझ्या हृदयात तुझ्या भावापेक्षा अधिक प्रेमभाव आहे? तू तुझं अन्न मला देऊ शकतोस का?”

दुसऱ्या भावानं आपली मूठ उघडली. त्यात त्याच्या वाट्याचे दोन वाटाणे होते. ते द्यावेत असं त्याला वाटलं नाही, पण त्याचा परीकथांवर थोडाफार विश्वास होता. त्याला वाटलं, मी जर या माणसाला एक वाटाणा दिला तर कुणास ठाऊक, मला मोबदल्यात एखादी सोन्याची खाण मिळाली तर . . . ?

वृद्ध माणसानं तो वाटाणा घेतला, आभारादाखल काही शब्द पुटपुटला आणि जायला निघणार, एवढ्यात त्यांचा एक पाय भारी जडावून गेला. सर्वात धाकटा भाऊ त्वरित धावून गेला आणि आपल्या हातात असलेला एकमेव वाटाणा त्या वृद्ध माणसाच्या हातात देत म्हणाला,

“हा वाटाणा खाऊन टाका. तुमच्या पायात थोडं बळ येईल. मला जराही भूक नाही.”

त्यांनी या मुलाच्या थेट डोळ्यांत पाहिलं आणि म्हणाले, तुला तुझ्या भावाइतकीच भूक लागली आहे. फरक एवढाच आहे की, तुझं मन तुझ्या पोटाच्या गरजेहून थोर आहे.

त्यांनी आपलं बोचकं उचललं, उभे राहिले आणि जायला निघाले.

“आता मला अंगात त्राण आल्यासारखं वाटतं. माझं पोट भरलं आहे,” असं म्हणून या भावांकडे वळत ते म्हणाले,

“आता मी तुम्हापैकी प्रत्येकाला काही बक्षीस देतो, म्हणजे तुम्ही माझी आठवण ठेवाल.”

त्यांनी आपल्या एका खिशात हात घातला, वाडगा वाटाण्यांनी पूर्ण भरला आणि तो सर्वात मोठ्या भावाला दिला. दुसऱ्या खिशात हात घातला आणि त्यातून काही वाटाणे काढून ते दुसऱ्या भावाला दिले. सर्वात धाकट्या भावासाठी मात्र सदऱ्याच्या खिशातून एकच वाटाणा काढून दिला.

“आता माझं ऐका आणि मी सांगतो तसं करा. जेव्हा वसंत ऋतूला सुरुवात होईल तेव्हा हे वाटाणे तुम्ही पेरा आणि त्या रोपांची चांगली मशागत करा. जेव्हा कापणीचा हंगाम येईल तेव्हा प्रत्येकाला त्याच्या योग्यतेनुसार बक्षीस मिळेल.”

ते जसे बाहेर पडले, तसा मोठा भाऊ खो खो हसत सुटला आणि आपल्या भावांना उद्देशून म्हणाला,

"किती मूर्ख आहात तुम्ही! तुम्ही त्याला आपलं सारं अन्न दिलं आणि मी तर काहीच दिलं नाही. तरीही सर्वात मोठं बक्षीस मलाच मिळालं आणि हा धाकटा पहा! गाढव कुठला. त्यानं आपला एकच घास त्यांना दिला आणि पहा त्याला काय मिळालं ते."

पेरणीचे दिवस आले, तसे तीनही भावांनी आपापले वाटाणे पेरले.

मोठ्या भावाचं पीक गोळा केलं त्यातून फक्त गवताचे भारे निघाले. बियाणं रुजलंच नाही.

दुसऱ्या भावाचं बियाणं रुजलं, पण तिथं गवत उगवलं. ते पाहून माणसं आपली टर उडवतील या भीतीनं त्यानं ते शेळीला खायला घातलं.

तिसऱ्या भावानं आपला एकच दाणा आपल्या खिडकीसमोरच पेरला होता. त्याचं असं भरभरून पीक आलं म्हणता! संपूर्ण भिंतीला ओलांडून पुढे वाढत गेलं. त्याला हलक्या निळ्या रंगाची फुलंही धरली. इतकी सुंदर की दूरवरची माणसं ही निसर्गशोभा पाहण्यासाठी येऊ लागली.

स्वत: राजानं या वाटाण्याच्या बीसाठी सर्वात धाकट्या भावाला सोन्याची रास देऊ केली, पण त्याला हा सौदा मंजूर नव्हता.

नव्या पिकातून जे बियाणं मिळालं, ते त्यानं पुढच्या हंगामासाठी मित्रांमध्ये वाटून टाकलं.

तो पेरत राहिला आणि वाटत राहिला. पेरत राहिला आणि वाटत राहिला. त्याची कीर्ती सर्वत्र पसरली आणि त्याचबरोबर या फुलाचीही. गोड वाटाण्याच्या फुलाची.

◆

पाणचाफा
(Waterlily)

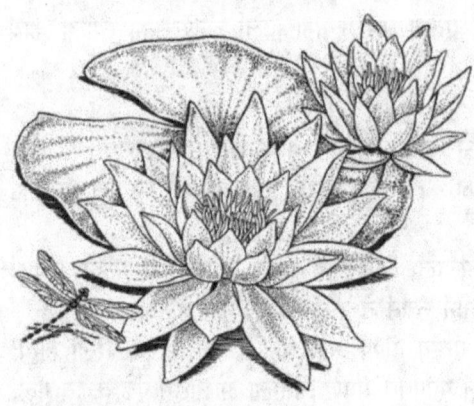

सारं सारं गाव विवाहाच्या तयारीत मग्न होऊन गेलं होतं. काळ होता नव्या फुलापानांचा. वसंताचं स्वागत करण्याचा. हा विवाह काही साधीसुधी घटना नव्हती. जुकुम्स हा पंचक्रोशीतील सर्वात देखणा आणि उमदा युवक होता. त्याचा साखरपुडा झाला होता लिली नावाच्या वधूशी. मोठी गोड आणि सुंदर होती ती.

त्याकाळी पृथ्वीतलावर दुष्टशक्तींचा मुक्त संचार चालत असे. एखाद्या चांगल्या जोडप्याची ताटातूट करण्यासाठी पुरे नऊ जोडे जरी झिजवावे लागले, तरी त्यांची हरकत नसायची.

एक दिवस संध्याकाळी जुकुम्स सरोवरतीरी येऊन बसला. पैलतीरावरून त्याची वाग्दत्त वधू- लिली यायची होती. तिची वाट पाहत राहिला. तिला भेटण्याच्या उत्कंठेनं तो आज जरा लवकरच आला होता. लवकरच होणाऱ्या भेटीच्या नुसत्या कल्पनेनं मनात आनंदाची कारंजी नाचत होती.

याच वेळी एक युवक झपाझप पावलं टाकत पुढं आला आणि जुकुम्सच्या शेजारी येऊन गवतात बसला. काही वेळ गप्प राहिला आणि मग त्याने बोलण्यास सुरुवात केली. जुकुम्स चतुर्भुज होण्याच्या मार्गावर होता, असं त्याच्या कानावर आलं होतं.

त्या दिवशी संध्याकाळी लिलीनं यायला उशीरच केला. आपल्या नियोजित भेटीविषयी ती विसरली की काय, या विचारानं जुकुम्स व्याकूळ झाला. नवख्या माणसाच्या चाणाक्ष नजरेतून ही व्याकुळता निसटू शकली नाही. त्यानं आपल्या खिशातून एक बाटली काढली व त्यातील काही औषधी द्रवपदार्थ जुकुम्सला पिण्यासाठी दिला.

"फक्त एकच घोट घे, म्हणजे तुला बरं वाटेल." कृतज्ञ भावानं जुकुम्सनं एक घोट पिऊन टाकला.

त्या औषधी पदार्थात खरंच काही जादू असावी. जुकुम्सच्या अंगात चैतन्य

संचारलं. त्याला फार हलकं हलकं वाटू लागलं. उठावं, नाचावं आणि गावं अशा विचारांनी मनात एकच कल्लोळ उठवला. झाला उशीर लिलीला तर झाला. बिघडलं कुठं? मुलींना, स्त्रियांना संध्याकाळच्या वेळेस काय कमी व्यवधानं असतात?

काही वेळ गेला. जुकुम्सनं आणखी एखादा घोट घ्यावा, असं या मित्रानं सुचवलं. हेही सांगणं जुकुम्सनं मान्य केलं. आता मात्र तो अत्यानंदानं गाऊही लागला. त्याचं गाणं लिलीनं दुरून नौकेतून येताना ऐकलं.

"आज तुला झालंय तरी काय?" तू शुद्धीवर तर आहेस ना?"– लिलीनं भांबावून विचारलं. पण तिला या गूढ पेयाविषयी काही समजू शकलं नाही.

एक आठवडा होऊन गेला. जुकुम्स लिलीच्या घरून परत येत होता. आज त्याचं चित्त थाऱ्यावर नव्हतं, कारण मागच्या आठवड्यातील बेजबाबदार वर्तनाबाबत लिलीच्या आईनं त्याची चांगलीच कानउघाडणी केली होती. त्याचं मन अस्वस्थ होतं. एवढ्यात त्याला हा मित्र भेटला. त्यानं जराशी सहानुभूती दाखवताच जुकुम्सनं आपलं मन मोकळं केलं. मित्रानं सांगितलं, की चिंतेचं काहीच कारण नाही. सासू हा प्राणी कधीच प्रिय वाटणारा नसतो. जुकुम्सनं त्या पेयाचा आणखी एखादा घोट घ्यावा हे उत्तम. आणि जुकुम्स पुन्हा त्या पेयाच्या आहारी गेला. त्याला बरं वाटताच तो अधिकाधिक त्या पेयाची मागणी करू लागला. दुसऱ्या दिवशी लोकांनी पाहिलं, तर जुकुम्स नशेमध्ये गुंग होऊन सरोवरतीरी गाढ झोपला होता. त्याला जागं करण्यासाठी त्यांना फार वेळ लागला.

आणि आता हे रोजचंच होऊन गेलं. जेव्हा जेव्हा जुकुम्सचं मन उदास होऊन जाई, तेव्हा तेव्हा त्याच्यासमोर हा मित्र उपस्थित होत असे. एक दिवस लिलीनं पाहिलं, जुकुम्स गवतामध्ये लोळत होता. तिनं त्याला चांगलंच फैलावर घेतलं. तिनं स्पष्ट सांगितलं की, संपूर्ण हकीकत काय आहे, हे जुकुम्सनं सांगायलाच हवं. त्याखेरीज आज ती जागची हलणार नव्हती. जुकुम्सचा नाइलाज झाला. सारी कहाणी सांगावी लागली. लिलीनं कडक शब्दात सुनावलं–

"हा जो कोणी तोतया वैद्य आहे, तो जाऊ दे . कठीण प्रसंगाचा सामना तू स्वत:च करायला हवास. पुरुषासारखा." जुकुम्सनं तसं वचन दिलं.

त्यानंतर हा मित्र यायचा थांबला. जणु काही त्यांचं बोलणं त्यानं चोरून ऐकलं होतं. पण आश्चर्याची गोष्ट अशी की, ती बाटली मात्र त्या पेयासहित इथे तिथे राहून त्याची बदनामी करीत राहिली. कधी त्याच्या खिशात, तर कधी बिछान्यावर नाहीतर त्याच्या उशाखाली आणि या पामरानं काय करावं? लग्नाच्या पोषाखासाठी, मेजवानीसाठी पैसे कुठून आणायचे ही चिंता होतीच. बेचैन वाटलं, झोपेनं दडी मारली तर या 'औषधाचा' हमखास उपयोग होत असे.

लग्नाला तीन दिवस उरले असता सरोवराकाठी येऊन लिली जुकुम्सची वाट

पाहू लागली. तो बराच वेळ न आल्यामुळे ती त्याच्या घराकडे जायला निघाली. फाटक ओलांडून आत जाऊन पाहते तर काय! बीअरच्या हौदाच्या एका बाजूला जुकुम्स बसला होता, तर दुसऱ्या बाजूला तोच तो 'मित्र'. दोघेजण पत्ते खेळत होते. तिला वाटलं, जुकुम्स वेडा तर नाही ना झाला? कमीतकमी या माणसाच्या अक्राळविक्राळ रूपाकडे पाहून तरी जुकुम्सनं काही आडाखे बांधायला हवे होते.

खेळताखेळता जुकुम्स हरला. आता या मित्रानं त्याच्या बोटातील अंगठीची मागणी केली. लिलीचा विश्वास बसेना! जुकुम्सनं तत्क्षणी आपली अंगठी काढून दिली. तिला वाटलं, दु:खानं टाहो फोडावा, पण असहाय होऊन ती गप्प राहिली.

मित्राची लालसा वाढत गेली. त्यानं आणखी एक बाटली जुकुम्सच्या समोर ठेवली.

"आता काय पणाला लावतोस, ते सांग."

"आता माझ्याकडे काहीच उरलं नाही, मित्रा, मी सारं काही या जुगारात हरवून बसलो."

"असं कसं? तुझी वाग्दत्त वधू अजून आहे ना!"

"बस्स! बस्स कर. ते शक्य नाही." जुकुम्स व्यथित होऊन म्हणाला.

"आणखी एक घोट घे या पेयाचा. मग आपण बोलू." – असं म्हणत त्या मित्रानं जवळजवळ ती बाटली जुकुम्सकडे ढकललीच. जुकुम्सनं त्वरित गटागटा ते पेय पोटात रिचवलं.

"आता सांग पाहू. तुझी लिली..."

"नाही, नाही."

"ठीक तर मग. आणखी एक घोट घे." आणखी एका घोटानंतर...

"मग काय ठरलं तुझं, जुकुम्स, माझ्या मागणीविषयी?"

"नाही रे, ते शक्यच नाही."

"आणखी थोडंसं पेय घे हवं तर. घे रे. खरंच तुला जरूरी आहे या पेयाची." आता तिसरा घोट पोटात जाताच जुकुम्स हर्षातिरेकानं जवळजवळ किंचाळलाच–

"घेऊन टाक. ठरलं तर. मी शब्द दिला. अखेर, तूच सांग मित्रा, लिली ही काही जगातील एकमेव मुलगी नाही, खरं की नाही?"

आता लिली पूर्णत: संतापानं बेभान झाली. तिचं दु:ख आता धगधगत्या ज्वालेप्रमाणे शब्दांतून बाहेर पडू लागलं–

"जुकुम्स, जुकुम्स, हे तू काय करायला निघाला आहेस. तू तर सरळ माझा विक्रयच मांडला आहेस." ती उठली आणि सरोवराच्या दिशेनं पळत सुटली. अखेर, जुकुम्स हाही जगातील एकमेव मुलगा नव्हता. पण त्या पेयाच्या मोहासाठी त्यानं तिला अव्हेरलं होतं. आता जगून तरी काय करायचं होतं? आणि कोणासाठी

जगायचं होतं? तिनं आपली नाव सरोवराच्या मध्यभागापर्यंत आणली आणि खोल पाण्यात उडी मारली.

पुन्हा काही लिली कोणाच्या दृष्टीस पडली नाही.

जुकुम्स जेव्हा भानावर आला, तेव्हा खूप उशीर झाला होता. एका मद्यपी माणसाच्या हातातील खेळणं होण्यापेक्षा प्राण गमावणं तिला सुसह्य वाटलं असेल.

ती देहरूपानं नाहीशी झाली खरी, पण मागं आपली आठवण ठेवून गेली.

सरोवरतीरी एक छानसं फूल उमललं. फिकट पिवळ्या रंगाचं. त्यालाच आज आपण पाणचाफा किंवा 'वॉटर लिली' म्हणून ओळखतो.

◆

ऑर्किड
(Orchid)

नू–अरुआक जमातीची वस्ती एका दूर मुलुखात होती. फुला–फळांनी बहरलेला आणि ऊबदार असा हा रम्य परिसर होता. या लोकांची मूळची गोरी कातडी उन्हात रापून लालसर सोनेरी रंगाची झाली होती. केस काळेभोर आणि रेशमी होते. या जमातीचे लोक भाग्यवंत समजले जात. इतरांपेक्षा दसपटीनं अधिक नशीबवान मानले जायचे. कारण सोन्याची अंडी देणारे पक्षी त्यांच्या मालकीचे होते. त्यांचं नाव ऑर्किस. हे पक्षी एखाद्या झाडाच्या ढोलीत सोन्याची अंडी घालून ठेवत आणि नंतर या जमातीचा प्रमुख ती उचलून दुसऱ्या झाडाच्या ढोलीत नेऊन ठेवायचा. यानंतर सारा दिवस मौज– मजेला नुसता ऊत येत असे. तरुण– तरुणी पोपटांची पिसं लेऊन विजय– नृत्य करत असत.

या जमातीचा म्होरक्या होता 'नाटे माजिन.' त्याच्या मुली आळीपाळीनं 'ऑर्चिस'च्या घरट्यापाशी झाडाच्या ढोलीजवळ पहारा देत राहायच्या. गरुड (घारी), ससाणे अशासारख्या पक्ष्यांपासून त्या अंड्यांचं संरक्षण करत असतं. रात्री–अपरात्री याच जमातीतील तगडे– जवान दुधारी शस्त्रांसहित कोपऱ्या- कोपऱ्यावर पहारा देत राहायचे. शेजारच्या जमातींनी या अंड्यांची चोरी करू नये यासाठी.

कसबी कारागीर ही सोन्याची अंडी घेऊन त्यापासून सुंदर कर्णभूषण, पैंजण, वाक्या आणि कमरपट्टे तयार करत असत आणि ही अंडी सातत्याने मिळत राहिल्यानं त्यांचा म्होरक्या बार्टर पद्धतीनं देवाण– घेवाण करून त्या मोबदल्यात इतर प्राण्यांची कातडी, मांस इ. वस्तू मिळवीत असे.

नू–अरुआक जमातीचे पुरुष जेव्हा शिकारीला जायचे, तेव्हा त्यांच्या घरातील स्त्रिया घरी राहून सुंदर रंगीत आणि नक्षीदार कलाकुसरीच्या शाली विणत, परड्या तयार करत किंवा फळं गोळा करत. इकडच्या– तिकडच्या गप्पा मारायला अजिबात वेळ नसायचा आणि त्याची कुणाला उणीवही भासत नसे. त्यामुळे अर्थातच भांडणं, कुरबुरी– तंटे असे प्रकारही कधी नाही घडायचे.

एक दिवस पुरुष मंडळी मोठ्या उत्साहात घरी परतली. त्यांना कुणी शिकारी

भेटले होते. दुसऱ्या जमातीचे. त्यांनी किनाऱ्यालगत उभ्या असलेल्या असंख्य गलबतांविषयी सांगितलं. त्यातून बरीच गोऱ्या कातडीची आणि आखूड केसांची माणसं उतरल्याचीही बातमी दिली. ही माणसं सोन्याच्या बाबतीत भलतीच लोभी होती आणि चुकून जरी कुणाच्या अंगावर काही सोन्याचा दागिना दिसलाच, तर तत्क्षणी अदृश्य अग्निबाणांनी त्याला ठार करत असत. यानंतर त्या व्यक्तीच्या शरीरावर असतील तेवढे सर्व दागिने काढून घेत असत.

नू– अरूआक जमातीच्या लोकांना नुसती कल्पना जरी असती, की ही माणसं अशी बदमाष आणि जुलुमी आहेत, तर अशा तिऱ्हाईतांना त्यांनी आपल्या हद्दीतही घुसू दिलं नसतं. पण त्यांना हे आधी माहीत नव्हतं. म्हणून या दुसऱ्या जमातीचा एक जखमी शिकारी त्यांनी उपचारासाठी त्वरित आपल्या तंबूत आणला. तो एका पायानं फार लंगडत होता. एका अस्वलानं आपल्यावर हल्ला करून आपल्याला घायाळ केलं, असं त्यानं सांगितलं. नू– अरूआक जमातीच्या म्होरक्यानं आपल्या स्त्रियांना या जखमी माणसाची देखभाल करण्यास सांगितलं आणि स्वत: शिकारीवर निघून गेले. त्यांनी या माणसाचं नावच ठेवलं 'लंगडणारं अस्वल'. त्यानं या जमातीच्या स्त्रियांच्या सोन्याच्या दागिन्यांची अमाप स्तुती केली आणि हे दागिने तयार करण्यासाठी सोनं त्यांनी कुठून मिळवलं याचीही चौकशी केली. स्त्रियांनी हसून खांदे उडवले आणि प्रश्नाला बगल दिली.

दिवस जात राहिले. या लंगडणाऱ्या अस्वलानं म्होरक्याच्या तरुण मुलीशी मैत्री केली. ती दिवसेंदिवस वाढत राहिली. तिचं नाव सिंतकासीविना. त्यानं तिला लग्नाची मागणी तर घातलीच, पण त्यांच्या जमातीबरोबर कायम वास्तव्य करण्याची इच्छाही व्यक्त केली. मुलीनं रुकार दिला पण असंही सांगितलं की, वडील परत येईपर्यंत त्यांच्या संमतीची वाट पहायला हवी.

एक दिवस या 'लंगडणाऱ्या अस्वला'नं सिंतकासीविनाला विचारलं की, "तिच्या बहिणींसमवेत ती वरचेवर जंगलात कशासाठी जात असते? त्या तिथं करतात तरी काय?"

सिंतकासीविनाला वाटलं, काही झालं तरी उद्या आपलं या माणसाशी लग्न होणारच. या विचारानं ती फार मोठी चूक करून बसली. तिच्या वडिलांनी या परक्या माणसाला आपल्या कंपूत आणून जी चूक केली होती त्याहीपेक्षा मोठी.

वेडी मुलगी! प्रियाराधनात स्त्रीला वश करण्यासाठी पुरुष कितीही खोटं बोलू शकतो हे तिला कळलं कसं नाही?

आणि या नवख्या माणसाला आपलं सारं गुपित सांगून ती मोकळी झाली.

सिंतकासीविना आणि तिच्या बहिणींच्या हालचालीविषयी समजताच त्याला तो Orchis पक्षी आणि त्याच्या सोन्याच्या अंड्यांविषयीही समजलं. स्वत:कडे असलेल्या

मद्याची बाटली काढली, आजूबाजूच्या सर्व पहारेकऱ्यांना ते पिण्यास दिलं आणि हे गुपित खुलं करून सांगण्यासाठी थेट आपल्या जमातीच्या लोकांकडे धाव घेतली. आता कुठल्या झाडापाशी सुंदर मुलगी पहारा देत बसली आहे, फक्त एवढंच हुडकून काढणं बाकी राहिलं होतं.

तरीही, या 'लंगडणाऱ्या अस्वला'ला अजूनही माहीत नव्हतं की 'त्या' झाडाच्या अगदी वरच्या बाजूला सर्व पहारेकऱ्यांचा प्रमुख बसला होता खालील संपूर्ण भू-प्रदेशावर पाळत ठेवत. या गोरटेल्या लोकांचा जमाव आपल्या दिशेने येत असताना त्यानं दुरूनच ओळखलं आणि त्यांना मार्गदर्शन करणाऱ्या त्या 'लंगडणाऱ्या अस्वलाला'ही त्यानं त्वरित सावधगिरीचा इशारा दिला.

तो इशारा ऐकताच सिंतकासीविना भानावर आली.

अरेरे! हे मी काय करून बसले! अखेर मीच या पक्ष्यांचं रहस्य उलगडून सांगितलं. आता या पक्ष्याला मी वाचवावं तरी कसं?

"को- को- को-" सावधगिरीचा इशारा सर्वत्र ऐकू येत राहिला.

स्त्रीवर्गानं एकसुरात उत्तरही दिलं.

"हो-हो-हो-" याचा अर्थ "आम्ही तयारीत आहोत."

"तुम्हापैकी प्रत्येकीनं एकेका झाडावर चढून बसायला हवं आणि बुंध्याच्या बाजूला वाकून बघत राहायला हवं. म्हणजे शत्रूपक्षाला ओळखता येणार नाही, की नक्की कोणत्या झाडामध्ये पक्षी बसला आहे." स्त्रीवर्गाला अशी सूचना दिली गेली.

मुली चपळाईनं सर्व झाडांवर चढून बसल्या, तर पुरुषवर्ग आपल्या साथीदारांना बोलावून आणण्यासाठी चौफेर धावत गेला.

तो 'जखमी शिकारी' आपल्या माणसांना घेऊन या झाडांच्या दिशेने धावत आला. पण 'ते' झाड कोणतं, ते मात्र त्यांना ओळखता येईना! सारे बुचकळ्यात पडले. अखेर संतापानं त्यांनी अग्निबाण फेकण्यास सुरुवात केली. पण मुली झाडांवर इतक्या चपखलपणे बसल्या होत्या, की उडी मारून त्यांना पळूनही जाता येईना! त्या जागच्या जागीच मरण पावल्या. संरक्षणासाठी पुरुषवर्ग येईपर्यंत खूप उशीर होऊन गेला होता.

त्या जमातीचं सौंदर्य, शोभा अशी नाहीशी होऊन गेली होती.

जमातीचा म्होरक्या पुढं आला, आकाशाकडे पाहून त्याने हात जोडले आणि आगीच्या भक्ष्यस्थानी पडलेल्या प्रत्येक मुलीच्या, स्त्रीच्या गुणांना आठवत तो म्हणाला,

"तुम्ही आमचं सर्वात मोलाचं असलेलं धन वाचवलंत. तुम्हाला स्वर्गातील उच्चतम पारितोषिक मिळो. तुम्हापैकी प्रत्येकीचा आत्मा फुलांच्या रूपात पुनर्जन्म घेवो- अशा सौंदर्याच्या आणि अशा सुवासाच्या की जो आजवर कुणी कधी पाहिला, अनुभवला नसेल."

ही प्रार्थना खरंच फळाला आली. त्या ठिकाणी नव्या फुलांनी जन्म घेतला. तेवढीच नाजूक आणि तेवढीच सुंदर अशी ही फुलं होती.

सारी कहाणी ऑर्किस पक्ष्याची आणि त्यांच्या अंड्यांची. आणि म्हणूनच या फुलांना नाव पडलं–ऑर्किड्स

◆

सूर्यफूल
(Sunflower)

सूर्यदेवाला एकूण तीन सुकन्या. दररोज प्रभातीच्या प्रसन्नकाळी समुद्रात दूरवर नौकाविहार करण्याचा त्यांचा परिपाठ होता.

एक दिवस सकाळी सकाळीच त्या लाटांमधून प्रकट झाल्या, आपल्या नौकेत येऊन बसल्या आणि निघाल्या आपल्या नित्याच्या सफरीवर. मनसोक्त सागरी लाटांचा आनंद घेतल्यावर त्या घरी परत येण्यास निघाल्या. एवढ्यात सर्वांत धाकट्या कन्येच्या लक्षात आलं की, तिचा केसांवर माळायचा सोन्याचा आकडा सागरकिनारी ओक वृक्षाच्या फांदीवरच राहून गेला होता. हा दागिना होता लाखमोलाचा. तो घेतल्याविना वडिलांच्या समोर जायचं कसं? पण बहिणी एवढं अंतर कापून पुन्हा परत फिरण्यासाठी काही तयार होईनात. अनेक सबबी सांगू लागल्या. धाकट्या बहिणीची विसरभोळेपणाबद्दल उलट त्याच कानउघाडणी करू लागल्या. त्यांनी आपल्या धाकट्या बहिणीला सल्ला दिला की, तिनं एकटीनं पोहत परत जाऊन सागरतीरी थांबावं आणि दुसऱ्या दिवसापर्यंत तिनं आपल्या बहिणींची वाट पाहावी. धाकट्या कन्येसमोर दुसरा काही मार्ग नव्हता. एकटीनं परतणंच क्रमप्राप्त होतं.

पाण्यात उडी मारली आणि ती निघाली परत. पोहत, पोहत, पण पैलतीरी पोहोचताच बिचारी खट्टू होऊन गेली. तिचा वृक्षावर अडकवून ठेवलेला दागिना कुठंच दिसत नव्हता. त्या वृक्षाखाली पाहिलं तर कुणी उमदा, देखणा युवक तिथं उभा होता. तिला पाहताच तो सामोरा आला. पाहताक्षणीच ती त्याला एवढी आवडून गेली की, तिला स्नेहपूर्ण आलिंगन देऊन त्वरित तिच्याशी प्रेमानं बोलूही लागला.

"मला तू फार आवडलीस. आता इथंच राहशील तू? माझ्याबरोबर? माझी पत्नी हो. मी– पृथ्वीपुत्र आणि तू– सूर्यकन्या. आपण इथंच एकत्र राहू. या पृथ्वीतलावर."

त्यानं सरळ विवाहाचा प्रस्ताव पुढं ठेवला.

"ते कसं शक्य आहे? माझं इथं कायम राहणं... छे! इथे एवढी थंडी आणि त्या काळोख्या, उदास रात्री... माझ्या माहेरी– सूर्यदेवाचा रत्नजडित, सुवर्णमंडित महाल आहे. धनही चमचमणाऱ्या ताऱ्यांचं आहे. दिवसभर सोन्याचे धागे कातावेत आणि सायंकाळी मनसोक्त दर्याविहार. असे आनंदाचे दिवस उजाडतात की जेव्हा

चंद्रपुत्र पाहुणे होऊन येतात– आमच्याशी नृत्य करण्यासाठी आणि चांदीच्या रथातून आम्हाला फिरवून आणण्यासाठी. या पृथ्वीतलावर असं काय विशेष आहे की जे तू मला देऊ करतोस?''– सूर्यकन्येनं आपली शंका व्यक्त केली.

"या आमच्या पृथ्वीतलावर तुझ्यासाठी खूप काही आहे. सुंदर आणि मनोहर. इथे प्रभातीचे दवबिंदू आहेत. पक्ष्यांची मधुर गाणी आणि वृक्षवेलींचं नृत्यही. मेहनतीचा दिवस असला तरी विश्रामात विसावलेल्या सायंकाळी. याशिवाय माझ्या प्रेमळ सान्निध्यातील रात्रीही. हे सारं तुझ्यासाठी–'' पृथ्वीपुत्रानं आपली दौलत खुली केली.

"खरंच? हे सारं सौंदर्य तू मला दाखवू शकशील? ठीक आहे. मी विचार करीन आणि त्यानंतर निर्णय घेईन. तुझ्या मागणीला होकार द्यायचा की वडिलांच्या घरी परतायचं ते.''

पृथ्वीपुत्रानं सूर्यकन्येला वर्णन करून सांगितलेलं सारं सौंदर्य दाखवलं. सतत आपल्या मायभूमीची स्तुती करण्यास मात्र तो विसरला नाही.

सूर्यकन्या फार फार प्रभावित होऊन गेली. तिनं पृथ्वीपुत्राच्या मागणीला त्वरित होकारही दिला. भावी पतीच्या घरालाही तिनं भेट दिली. तिथं तिला आपला हरवलेला दागिनाही मिळाला.

आपल्या कन्येचा निर्णय ऐकून सूर्यदेवांना फार दुःख झालं. तिनं घरी परतावं म्हणून त्यांनी तिची सर्व प्रकारे समजूत घातली, पण तिचा हट्ट, तिचा निर्णय मात्र कायम राहिला.

"तू आपला निर्णय संपूर्णतः पृथ्वीपुत्राच्या प्रेमामुळं घेतला असशील तर माझी हरकत नाही, पण काही काळानं तुला जर आपल्या घरी परत यावंसं वाटलं, तर?''

असं बोलता बोलता सूर्यदेवानं आपला चेहरा झाकून घेतला. एका काळसर ढगाचा आधार यासाठी त्यांना घ्यावा लागला. तिची समजूत कशी घालावी हे त्यांना उमजेना.

विवाहसोहळा थाटामाटात पार पडला. यानंतर मात्र सासूबाईंनी तिला कामाला जुंपण्यास जराही विलंब केला नाही. नवी सून बागेत उभी राहून मधमाश्यांवर देखरेख करू लागली. हेच काम दुसऱ्या, तिसऱ्या दिवशीही करावं लागलं. यानंतरचा प्रत्येक दिवस असाच होता– कंटाळवाण्या कामाचा आणि मधमाश्यांच्या गुणगुणण्याप्रमाणे एकसुरीही. रुपेरी रथांतील फेरफटका, चंद्रपुत्रांच्या संगतीतील विलोभनीय नृत्यं, सागरातील नौकाविहार... हे सारं प्रत्यक्षात होतंच कुठं? स्वप्नं भूतकाळात हरवून गेली. घोडे संध्याकाळपर्यंत श्रमानं दमून जायचे. पृथ्वीपुत्राला तर आपल्या प्रिय पत्नीशी चार प्रेमाचे शब्द बोलण्याचं त्राणही उरत नसे.

एकदा न राहवून सूर्यकन्या पृथ्वीपुत्रास उद्देशून म्हणाली, "मला नदीकाठावरची फुलं हवी आहेत केसात माळण्यासाठी.''

"नाही. हा मोसम फुलांचा नाही.'' तिला उत्तर मिळालं.

"पक्ष्यांची ती गाणी...त्या गर्द राईतील...?''

"पक्षी बारा महिने अखंडपणे थोडेच गात राहतात?''

"आणि ते प्रेम... तुम्ही तसं वचन दिलं होतं...''

"दिलं होतं खरं, पण प्रेमही निरंतर राहत नाही.''

"मग तुम्हीच सांगा, तुमच्या मते शाश्वत असतं तरी काय?''

"अर्थातच मेहनत, काम, परिश्रम.'' एवढं बोलून पृथ्वीपुत्र कामावर जाण्यासाठी उठला.

सूर्यकन्या हे ऐकून फार हताश झाली. आता मात्र तिचं मन वडिलांच्या घरासाठी, मातृभूमीसाठी फार झुरू लागलं.

"प्रिय तात!''

मला तुमची फार आठवण येते. लहानपणी, तरुण वयात तुमच्या घरी जो आनंद उपभोगला त्याचा मला सारखा भास होत राहतो. सोन्याचे धागे कातणाऱ्या माझ्या बहिणी मला दिसत राहतात. क्षमा करा मला. मला तुमच्याकडे परत यायचं आहे, बोलवाल ना?

सूर्यदेवाचा अबोला कायम होता.

"तात, पहा तरी मी किती दुःखी, किती एकाकी आहे. आपली मुलगी नका मानू हवं तर, पण कमीतकमी दासी म्हणून तरी आपली कृपादृष्टी वळवा माझ्याकडे. मी कोणतंही काम करीन तुमच्या घरी, पण मला घरी बोलवून घ्या.''

"प्रिय मुली, तू तुझ्या घरी राहायला गेलीस, त्याला बरेच दिवस होऊन गेले. आता त्या मातीशी तुझी जवळीक झाली आहे. आता तेच तुझं घर. मी नाही तुला परत बोलवू शकत.''

सूर्यदेवाचा चेहरा दुःखानं काळवंडून गेला. एक अश्रूही त्या पटलावरून खाली जात राहिला.

त्यांचं उत्तरही कायम राहिलं.

सूर्यकन्या जमिनीवरच उभी राहिली, होती तिथंच. आजही पाहिलंत, तर ती बिचारी धरणीवरच एका जागी उभी आहे, पण मनुष्यरूपात नाही तर फूल होऊन. पाय जमिनीवर रोवलेले आणि याचना करणारी दृष्टी वर आकाशाकडे लागलेली. आज ना उद्या आपल्याला तात क्षमा करतील आणि परत बोलावतील म्हणून.

या फुलाला नावही तिच्या पित्याचीच आठवण सांगणारं मिळालं.

सूर्यफूल.

तेच 'आपलं सूर्यफूल.'

◆

पऱ्यांच्या सपाता
(Lady's Slipper)

एका गावात एक चांभार राहायचा. हा कुणी साधासुधा चांभार नव्हता. तो जंगलात एका छोट्या झोपडीत राहायचा आणि जंगलात राहणाऱ्या पऱ्यांसाठी तो खास सपाता तयार करत असे. त्याचं नाव होतं क्रिसिस.

या चांभाराचं लग्न होईपर्यंत सारं काही सुरळीत चाललं होतं. त्याचं लग्न झालं ते एका अतिशय आळशी आणि सुस्त मुलीशी. शिवाय त्या काळचा असा रिवाज होता की, एकदा लग्न झालं की संपलं.

बिचारा क्रिसिस! त्याला आपल्या जंगलाच्या बाहेरचं जग ठाऊक नव्हतं. तेव्हा आपल्या पत्नीचा स्वभाव, सवयी, वागणूक याविषयी त्याला पूर्वकल्पना असणं कसं शक्य होतं? त्या जंगलामध्ये औषधी वनस्पती गोळा करण्यासाठी एक वृद्ध स्त्री येत असे. ही वधू तिनंच सुचवली होती. तिची शिफारस होती म्हणून क्रिसिसनं तिला पसंत केलं.

पण आपली पत्नी आळशी आणि कुचकामी आहे हे या चांभाराच्या लक्षात विवाहाच्या दुसऱ्या दिवशीच आलं. शेळी कुणी धार काढेल म्हणून तिष्ठत उभी होती. जोपर्यंत तो उठला नाही, धार कुणी काढली नाही. धारेचं भांडंही त्यालाच हुडकून काढायचं होतं.

लवकरच क्रिसिसच्या लक्षात आलं की, रोज शेळीचं दूधही त्यालाच काढायचं होतं, गवतही त्यालाच कापायचं होतं; हिवाळ्यासाठी चारा साठवून, भाजून त्यालाच ठेवायचा होता, मुलांची स्वच्छता, त्यांच्या खाण्या– पिण्याची काळजीही त्यालाच घ्यायची होती. याशिवाय पोटापाण्यासाठी सपाता तयार करायच्या होत्याच. नाहीतर प्रपंच चालायचा कसा?

तयार केलेल्या सपाता घेऊन त्या पोत्यात भरून तो जंगलात पऱ्यांच्या निवासस्थानी जात असे. जोड मोजून घेऊन त्या क्रिसिसला त्याच्या मेहनतीचा चांगला मोबदला देत असत.

एकदा काय झालं, नवीन सपाता देण्यासाठी जेव्हा तो पऱ्यांच्या घरी येऊन पोहोचला, तेव्हा त्याच्या लक्षात आलं की, काही सपाता गहाळ झालेल्या आहेत. पाहतो तर काय, त्याच्या पोत्याला एक भलं मोठं छिद्र पडलेलं!

खिन्न मनानं त्या हरवलेल्या सपातांचा शोध घेण्यासाठी तो परत फिरला. पण दरम्यानच्या काळात त्या कुणीतरी उचलून नेलेल्या असाव्यात.

घरी परत येत असताना त्याला एक वृद्ध स्त्री भेटली. रस्त्याच्या एका बाजूला बसून राहिली होती. तिच्या पाठीवर एक जाड पोतडं होतं. क्रिसिसनं तिला अभिवादन करून तिची विचारपूस करताच ती क्षीण आवाजात त्याला म्हणाली,

"मुला, मला जरा मदत करशील? माझ्या वहाणांची थोडी डागडुजी करायची आहे. नाहीतर मी पुढं नाही जाऊ शकणार."

क्रिसिस त्वरित तयार झाला. त्याच्या लेखी हे काम फारच सोपं होतं. वहाणा दुरुस्त झाल्या.

"किती पैसे द्यायचे तुला कामाचे?"

"छे, छे, माणसानं माणसाला मदत केलीच पाहिजे. नाही तर जगणं म्हणजे काय?" क्रिसिस विनयानं उत्तरला.

"छान, छान! तुझ्या हृदयात प्रेम आहे, दयाभाव आहे. यासाठी मी तुला बक्षीस देते, "असं म्हणून त्या वृद्ध स्त्रीने त्याला बर्च १ वृक्षाची तीन पानं असलेली एक डहाळी दिली आणि म्हणाली,

"ही जादूची पानं आहेत बरं का! पण जे मागायचं, ते हुशारीनं, विचारानं मागून घे. एक पान एकदा पडलं, की पडलं, ते वजा झालं असं समज."

दोघांनी एकमेकांचा निरोप घेतला आणि आपल्या आपल्या मार्गानं जाऊ लागले.

त्याच्या मनात विचार आला.

"काय मजेशीर जादू सांगितली तिनं. पान नुसतं हातात घेतल्यावर इच्छा कशी काय पुरी होऊ शकते? समजा, आता मला भूक लागली आहे आणि मला...मला आता या क्षणी 'पावाचा तुकडा' हवा आहे...तर?"

आणि काय नवल घडलं! त्याचं वाक्य पुरं होण्याच्या आतच त्याच्या हातात 'पावाचा तुकडा' आला.

खरंच, म्हणजे ही डहाळीही सामान्य नव्हती आणि ती वृद्ध स्त्रीही.

आता उरलेल्या दोन इच्छा मागून घेण्यासाठी पूर्ण विचार करायला हवा होता. क्रिसिस पुन्हा नेटानं कामाला लागला.

एरव्ही तो सपाता तयार करून रविवारी त्या देण्यासाठी जात असे, कारण रविवारी साऱ्या पऱ्या घरी भेटत असत. पण यावेळेस त्याला मिळालेलं काम इतकं होतं की रात्रंदिवस काम करून त्यानं ते शनिवारी दुपारीच पूर्ण केलं आणि तो तडक जायला निघाला.

जंगलातून जात असता वेळोवेळी हरवलेल्या सपातांची त्याला आठवण होऊन

तो म्हणाला, "माझ्या हरवलेल्या सपाता मिळाल्या, तर किती बरं होईल!"

एवढ्यातच तो पऱ्यांच्या निवासस्थानी येऊन पोहोचला. पाहतो तर काय! पऱ्या आपला फेरफटका संपवून घरी परत आलेल्या होत्या आणि बाहेर झुडुपांवर त्यांनी आपल्या निळसर रंगाच्या सपाता वाळवत ठेवल्या होत्या. त्यानं मोजून पाहिल्या तर त्यांची संख्या हरवलेल्या सपातांएवढीच होती. रस्त्यावरील खारींनी त्या गोळा करून इथे आणून पोचवल्या असाव्यात.

क्रिसिसला भारी राग आला.

"अस्सं काय? म्हणजे माझ्या हरवलेल्या सपाता इथं? ठीक तर. आजपासून या साऱ्या सपाता झाडांनाच चिकटून राहोत आणि पऱ्यांनो, तुम्हाला त्या कधीही न मिळोत."

एकाएकी त्याच्या लक्षात आलं की, त्यानं एका दमात दोन इच्छा व्यक्त केल्या होत्या. पण आता उशीर होऊन गेला होता. त्यानं डहाळीकडे पाहिलं. तिथं आता एकही पान उरलं नव्हतं.

अरेरे! केवढा हा अविचार घडला! मी स्वत:साठी एकही नवं घर, एक गाय, घोडा आणि पैशाचं गाठोडं का नाही मागून घेतलं?"

रविवार उजाडला. पऱ्यांना सपाता झुडुपांवरून परत नेण्याची आठवण झाली. पण नाही. त्या तिथेच कायमच्या चिकटून राहिल्या होत्या. त्यांना अनवाणी पायांनी परतावं लागलं आणि फुलांसारख्या दिसणाऱ्या, काहीशा लांबट आकाराच्या सपाता मात्र झुडुपांवरच चिकटून राहिल्या. नाजूक आणि निळसर रंगाच्या.

आणि त्यांचं नावही त्यांना अगदी अस्संच अलगद येऊन चिकटलं, 'पऱ्यांच्या सपाता' ('लेडीज स्लिपर').

◆

हिमांगी
(Snowdrop)

हिममातेनं एका छोट्याशा बाळाला जन्म दिला खरा, पण तिला नाव काय द्यायचं, ते मात्र तिला समजेना. ती विचार करत राहिली, डोकं शिणवत राहिली आणि अखेर लेकीच्या रंगरूपाला साजेसं नाव हुडकून काढलं– हिमांगी.

हिमांगी मोठी गोड छोकरी होती. अगदी गोरीगोरीपान. वयात आली, तशा तिला अनुरूप वराकडून वरचेवर मागण्या येऊ लागल्या.

चौखूर उधळत जाणाऱ्या घोड्यांच्या रथातून वायुदेव गर्जना करत हजर झाले, चारही सुपुत्रांसमवेत आणि या वेळेस मात्र हिमांगी उत्तराधिपतीच्या व्यक्तित्वाकडे आकृष्ट झाली.

हिममातेला कोण आनंद झाला! हुंड्याची, आहेराची जय्यत तयारी सुरू झाली. परांचे बिछाने तयार झाले आणि उशाही. ढगांची दुलईही विणून झाली. त्यावर गोठलेल्या बर्फाच्या तुकड्यांचं– मोत्यांचं नक्षीकामही तयार करण्यात आलं.

जेव्हा वऱ्हाड हजर झालं, तेव्हा हिमांगी एखाद्या राजकन्येच्या थाटात हजर झाली. उभयतांनी शुभेच्छांचा स्वीकार केला. दोघेही एकमेकांना अनुरूप होते. तरीही, आनंदाच्या आणि अभिनंदनाच्या या जल्लोषात हिमांगी उदासच राहिली. काही केल्या तिला उत्साह वाटेना! उत्तराधिपतीच्या थंडगार ओठांचा स्पर्श होताच तीव्र विरोधानं ती उद्गारली.

"हा काही मला आवडत नाही."

पण तिचा आवाज एवढा क्षीण झाला होता, की तिचे शब्द फक्त तिच्या आईलाच ऐकू जाऊ शकले.

"माझी पोरगी काही याच्याबरोबर सुखी व्हायची नाही." हिमांगीची आई उदास होत म्हणाली.

मेजवानी रंगात आली असता नवरदेवानं आपल्या भावाला– दक्षिणाधिपतीला एखाद्या नृत्याची धून छेडण्याविषयी विनंती केली. भावाच्या विनंतीचा मान राखत त्वरित त्यानं कोटाच्या खिशातून बासरी बाहेर काढली. तिचे शांत, मृदू स्वर ओघळू लागताच हिमांगी हलक्या पावलांनी नृत्यासाठी उतरली. ती जशी गिरक्या घेऊ

लागली, तसा तिच्या रुपेरी जडावांनीही ताल धरला. पूर्वाधिपती आपल्या आनंदी स्वभावानुसार हातांनी टाळ्या वाजवत राहिला. पण पश्चिमाधिपती मात्र नृत्यगायनाच्या वाढत्या जल्लोषात अधिकाधिक उदास होत राहिला. वडिलांच्या खांद्यावर डोकं टेकवत आसवं गाळू लागला.

"मुला, आजच्या या शुभदिवशी तू का म्हणून एवढा दुःखीकष्टी होत आहेस?"

"तुम्ही का म्हणून हिमांगीशी माझ्या भावाचं लग्न लावून देत आहात! तुम्ही मलाही अशी छानशी मुलगी का दाखवली नाहीत? ती किती किती म्हणून सुंदर आहे!" हुंदके देत पश्चिमाधिपती म्हणाला.

हे ऐकताच दक्षिणाधिपतीनं आपले डोळे हिमांगीच्या दिशेनं उंचावले. आता त्याच्या बासरीचे सूर अधिकाधिक मधुर, मृदू वाटू लागले. आता त्याचं वादन होतं, ते फक्त हिमांगीसाठी आणि हिमांगी नृत्य करत होती, ते फक्त दक्षिणधिपतीसाठी. तिची आई हताश होऊन हातावर हात देऊन बसून राहिली.

"शीघ्रकोपी उत्तराधिपतीला हे समजलं तर कोण अनर्थ होईल!"

हिमांगी जशी गिरक्या घेत जवळून जाऊ लागली, तसं कुजबुजत तिची आई म्हणाली,

"अग मुली, जरा मनाला आवर घाल आपल्या..."

अरेरे! पण आजवर प्रेमानं बेभान झालेल्या मनाला कुणी आवर घालू शकलं आहे का? जिथं आबालवृद्ध, सद्‌गुणी– अवगुणी माणसाचं काही चालू शकत नाही, तिथं हिमांगी काही करू शकणार होती का?

नवरदेवाच्या काही लक्षात आलं नसावं. तो वडिलांशी बोलण्यात एवढा गुंग होऊन गेला होता! पण पश्चिमाधिपतीच्या भावानं त्याला हलकासा धक्का देत उपरोधानं म्हटलं,

"सांभाळ बरं आपल्या वधूला... दक्षिणाधिपतीची धगधगती नजर तिच्यावर कोण खिळवून राहिली आहे."

नवरदेवाचा चेहरा आता पाहण्यासारखा झाला. अघोरी गर्जना करत त्यानं आपल्या मुठी आपटल्या आणि दक्षिणाधिपतीकडे वळत गरजून म्हणाला–

"दूर फेकून ते ती बासरी. नाहीतर, चक्काचूर करीन मी तिचा."

संगीत असतं पक्ष्यासारखं. बुजरं आणि भित्रं. त्यात खंड पडला. हिमांगी आपल्याच जागी थिजून उभी राहिली. पश्चिमाधिपतीच्या डोळ्यात रोखून पाहत. जणू तिला विचारायचं होतं.

"तुझं प्रेम इतकं का अल्पजीवी आहे?"

ती आपल्या स्वप्नांच्या जगातून सत्यात उतरली, ती नवरदेवाच्या गर्जनेनं. आपल्या पायापर्यंत झुकून उग्र स्वरात तो म्हणाला,

"तू माझी पत्नी आहेस, हे विसरू नकोस आणि प्रिय बंधू दक्षिणाधिपती, ही तुझी होऊ शकत नाही. हिमांगी, तुला अखेर माझ्या तालावर नाचायचं आहे, हे लक्षात ठेव.'' एवढं बोलत आपली दोन बोटं तोंडात घालून अशी काही शीळ मारली, की सारे पाहुणे शहारून गेले.

"नाच, नाच, माझी आज्ञा आहे ही,'' तो वारा घोंघावत म्हणाला. हिमांगी मात्र आपल्या जागी थिजून उभी होती. दक्षिणाधिपती तिच्या समोरच उभा होता. आपल्या जागेपासून हलण्याचा तिनं खूप प्रयत्न केला, पण तिच्या पायांचे (बर्फाचे) दगड होऊन गेले होते.

"नाच. तू नाचलंस पाहिजेस माझ्यासाठी.'' नवरदेवानं आपला आवाज इतका चढवला, की बर्फाचं घर कणाकणानं हादरू लागलं. हिमांगी अजूनही आपल्या जागीच स्थिर उभी होती. एवढ्यात नवरदेवानं धमकावणीच्या सुरात दक्षिणाधिपतीला सांगितलं,

"ऐका बंधुराज!

मी तुमच्या गुलाबाच्या बागा आणि अमाप सफरचंद लगडलेली झाडं जागेवर ठेवणार नाही. आजच रात्री माझे थंडगार श्वास पसरताच सारी श्रीमंत सृष्टी नष्ट होऊन जाईल. उद्या सकाळी पाहशील आणि रिकाम्या फांद्यांवर डोकं ठेवून रडत राहशील.''

पण प्रेमाला माहीत असतं, आपली बूज कशी राखायची ते. उत्तराधिपतीनं आपली पत्नी हिमांगीला आपल्या श्वासात खेचून घेण्यापूर्वीच तिनं लग्नाच्या रुखवतात मांडलेले परांचे बिछाने मोकळे केले. अवघ्या काही क्षणातच दक्षिणाधिपतीच्या बागांमध्ये मऊ परांचे गालिचे पसरले. आता नवरदेवाच्या थंडगार पण जहरी श्वासांमुळे गुलाबाच्या रोपांना आणि सफरचंदाच्या झाडांना काही इजा पोचणार नव्हती.

रागानं बेभान होऊन उत्तराधिपतीनं आपल्या थंडगार श्वासांचा लोळ पत्नीच्या दिशेनं उठवला. पण तिनं मोठ्या धिटाईनं त्याचा प्रतिकार केला.

"विवाह समारंभ संपला आहे. मी तुला घेऊन जाईन आणि एका अंधाऱ्या खोलीत बंद करून ठेवीन. तिथे फक्त उंदीर आणि घुशी तुला खाऊन टाकण्यासाठी येतील.''

आपल्या पतीची हीही धमकावणी हिमांगीला ऐकून घ्यावी लागली.

आता आपल्या प्रेमाचं संरक्षण करण्याची जबाबदारी दक्षिणाधिपतीची होती. त्यानं हिमांगीला उचलून घेतलं आणि विजेच्या वेगानं आपल्या बगिच्यांच्या दिशेनं तो निघून गेला.

आता अशा या प्रलयकालीन क्रोधाविष्कारापासून हिमांगीला वाचवणं दक्षिणाधिपतीला

कसं बरं शक्य होतं? त्यानं तिला एका गुलाबाच्या रोपट्याखाली लपवून ठेवलं आणि दोन भावांचा संघर्ष संपेपर्यंत तिला तिथंच थांबायला सांगितलं.

हिमांगीनं त्याला एक विनंती केली.

"जाण्यापूर्वी एकदा, फक्त एकदाच माझ्यावर प्रेमाचा वर्षाव कर. मी जगाच्या अंतापर्यंत तुझी वाट पाहीन." हा प्रेमाचा आविष्कार इतका उत्कट आणि दीर्घकालीन होता, की त्या अवस्थेत हिमांगी जणू आकसून गेली. इतकी, की एका दवबिंदूच्या आकाशाएवढी. तो निसटून जमिनीवर पडला आणि तिथंच विरघळून गेला. बर्फकण वितळून जावा त्याप्रमाणं.

एका क्षणातच तिथे उत्तराधिपती हजर झाला. "कुठं आहे हिमांगी? कुठं आहे माझी पत्नी? काही क्षणांपूर्वीच मी तिला तुझ्या प्रेमाचा आनंद घेताना पाहिलं होतं."

दु:खावेगानं दक्षिणाधिपती बोलला,

"प्रिय बंधू,

आता आपल्या दोघांनाही भांडण्यासाठी काही कारण उरलं नाही. हे पहा, ती इथं एक अश्रू होऊन जमिनीवर पडली आहे."

"हा: हा:! माझा तुझ्यावरही विश्वास नाही आणि तिच्यावरही नाही," उत्तराधिपती क्रोधानं धगधगत बोलला,

"मी तिच्यावर आता एक बर्फाचं 'आच्छादन' ठेवीन म्हणजे ती पुन्हा कधी उठू शकणार नाही."

आणि हे आच्छादन त्यानं ठेवलंही. तेव्हापासून आजतागायत दक्षिणाधिपती आपल्या गुलाबांच्या ताटव्यात आणि सफरचंदाच्या बागात येतो. मग तो ऐन हिवाळा असो की वसंताची सुरुवात असो. हिमांगीला त्याचं येणं जाणवतं. त्याचे उबदार श्वास जवळ येताच ती बर्फाच्या आच्छादनातून वर येते. काही काळासाठीच आणि आपल्या प्रियकराच्या डोळ्यात रोखून पाहू लागते.

तिच्या येण्यानं माणसंही आनंदी होतात. एकमेकांना सांगत राहतात,

"पहा तरी, माझ्या बागेत कोण आलंय, ते. 'हिमांगी' आली आहे."

◆

जलपर्णी
(Hyacinth)

झीयसपुत्र अपोलो आणि पृथ्वीवरील राजपुत्र हायसिंथॉस यांच्या अतूट मैत्रीत बाध आणू शकेल अशी कोणतीही शक्ती जगात अस्तित्वात नव्हती. हायसिंथॉस एक उंचापुरा देखणा युवक होता आणि अपोलोचं त्याच्यावर भावाप्रमाणे प्रेम होतं. अपोलो हा सौंदर्याचा उपासक होता. रोज सकाळी पर्वतशिखरावर जाऊन क्षितिजाच्या दिशेने वर येणाऱ्या सूर्यदेवाच्या दर्शनासाठी तो उभा ठाकत असे. सूर्यदेव दिवसभराच्या पृथ्वी–परिक्रमेनंतर शिणून सागरात विश्रांती घेत आणि सकाळी लाटांमधून वर येऊन सर्वांना प्रसन्न दर्शन देत असत. प्रभातीच्या या वाटचालीत हायसिंथॉसही अपोलोस साथ देत असे. रोज सकाळी सूर्यदेवाला त्यांच्या वाटचालीसाठी शुभेच्छा देऊन हे दोघे युवक गवताळ कुरणांमध्ये चरणाऱ्या शेळ्यामेंढ्यांवर एक नजर टाकण्यासाठी जात. ज्यांच्यावर अपोलोची दयापूर्ण दृष्टी पडत असे ते प्राणिमात्र भाग्यवंत होत.

उन्हं जशी कलू लागायची तसे हे दोघे मित्र ओक वृक्षाच्या छायेत विसावत. यानंतर व्हायचा एखादा वाद्यगायनाचा किंवा कविसंमेलनाचा कार्यक्रम. या ठिकाणी सौंदर्य, मित्रत्व आणि प्रेमाची कवनं ऐकली आणि ऐकवली जायची.

हायसिंथॉस दररोज नेमानं अपोलोस उद्देशून म्हणत असे–

"प्रिय मित्रा! मी तुझा किती म्हणून ऋणी आहे म्हणून सांगू! तुझ्यामुळंच हा सौंदर्याचा आविष्कार, हा सृजनाचा आनंद मला अनुभवायला मिळतो" आणि हे शब्द मनापासून बोललेले असत. त्यामुळे त्यांना दांभिकता किंवा खोट्या स्तुतीचा दर्प येत नसे.

एक दिवस हे दोघे नेहमीपेक्षा जरा जास्तच वेळ नदीतीरी रेंगाळत राहिले. कुठे झुडुपांमध्ये स्वच्छंद भ्रमण करणाऱ्या निळ्या पतंगी–माशांना पकड, कुठं नदीमध्ये डुंबत रहा, कुठं 'थाळीफेक' करण्याच्या खेळात एकमेकांशी स्पर्धा कर– अशा रीतीनं दुपारपर्यंत ते वेळ घालवत राहिले.

त्या दिवशी त्यांचा गोंगाट एरव्हीपेक्षा जरा जास्तच झाला असावा, कारण तो ऐकून एक जलपरी पाण्यातून वर आली आणि म्हणाली,

"ए मुलांनो, तुम्ही एवढा गोंगाट न करता नाही का बोलू शकत? माझे वडील दुपारची झोप घेत आहेत."

थाळी फेकण्यासाठी अपोलोनं हात वरती उचलला होता, तो खाली आला. त्यानं आपली मान या आवाजाच्या दिशेनं वळवली...

व्वा! असं सौंदर्य त्यानं आजवर कधीच बघितलं नव्हतं. साक्षात् देवकन्यांमध्येही असं तेज, असं लावण्य अस्तित्वात नव्हतं. गोरापान, दुधाच्या सायीसारखा स्निग्ध– मुलायम चेहरा, केस पाण्याच्या रंगासारखे निळसर– हिरवे आणि पिकलेल्या सफरचंदाप्रमाणे लालबुंद– गोरी देहयष्टी. थाळी अपोलोच्या हातातून खाली पडली.

"तू कोण आहेस सुंदरी? तुझ्या वडिलांचं नाव काय?"

"माझे वडील सरिताधिपती आहेत. माझं नाव डाफेन."– जलपरीनं अभिमानानं सांगितलं.

अपोलोच्या मनात क्षणभर विचार चमकून गेला– प्रथमदर्शनी प्रेम फक्त मानवी जीवनातच घडतं असं नाही, तर असे भाग्यवंत प्रत्यक्ष देवही असू शकतात.

"डाफेन, तू साक्षात सौंदर्यमूर्ती आहेस आणि मी आहे अपोलो– सूर्यदेवता. माझं असीम प्रेम आणि अमर्याद सत्ता यांची भागीदारीण हो. मी तुला निमंत्रण देत आहे."

डाफेननं आपला ओला केशसंभार झटकताच पाण्याचे मोत्यांप्रमाणे तेजस्वी थेंब इतस्ततः पसरले.

"तू सम्राज्ञी होण्यासाठीच जन्मली आहेस, डाफेन! त्रैलोक्यसुंदरी हेलनसुद्धा सौंदर्यात तुझी बरोबरी करू शकणार नाही"– अपोलो तिच्याजवळ जाऊन म्हणाला.

"तू माझ्यासाठी फार दाहक आहेस, मित्रा. तुझ्या प्रकाशाइतकाच." पाण्यात परत जाण्यासाठी उसळी मारत डाफेन म्हणाली.

"डाफेन, आता माझंही ऐक. जर तू माझ्याकडे आली नाहीस, तर मी तुझ्याकडे येईन." तिच्या सौंदर्यावर लुब्ध होऊन आणि स्वतःला पाण्यात झोकून द्यायच्या पवित्र्यात उभा राहात अपोलो म्हणाला.

"थांब, अपोलो. पाणी उडवू नकोस. माझे वडील झोपले आहेत आणि जर तू त्यांची झोपमोड केलीस तर त्यांच्या क्रोधाला कारण होशील. मग ते नदीच्या पात्रातील सारं पाणी संतापानं घुसळून टाकतील आणि या सगळ्या नावाही बुडवून टाकतील." अपोलोचा आवेश या शब्दांनी थोडा शांत होईल अशी अपेक्षा करीत डोफेन म्हणाली. हे बोलत असतानाच तिचं लक्ष हायसिंथॉसकडे गेलं. तिच्या डोक्यात एक धूर्त, पण खोडकर विचार आला.

अपोलोची पाण्यात पडलेली थाळी बाहेर काढण्यासाठी डाफेननं पाण्यात एक डुबकी मारली, ती किनाऱ्यावर भिरकावली आणि म्हणाली–

"आता या थाळीलाच आपलं भवितव्य ठरवू देत. तुमच्यापैकी प्रत्येकानं ही थाळी तीन वेळा फेकायची. योग्य दिशेनं, अचूक स्थानी ज्याची थाळी पोहोचेल तो

माझ्या प्रेमाचा धनी होईल.''

बिचारा हायसिंथॉस! त्याची इच्छा होती की केवळ अपोलोला हे भाग्य मिळावं, पण डाफेनचे हे शब्द ऐकून तो बावरला, बराचसा अस्वस्थ होऊन गेला. त्याचे हातही थरथरू लागले. परिणामी त्याचा नेम एकदाही अचूक लागला नाही आणि हायसिंथॉसनं कितीही आपल्या थाळीचा नेम चुकवायचा प्रयत्न केला तरी पहिल्या आणि दुसऱ्या वेळेत त्याचा नेम अचूक लागला. त्यानं अपोलोवर अशा रीतीनं मात केली. असं व्हावं, करावं अशी पुसटशीही इच्छा नसताना. तिसऱ्या वेळेस थाळी फेकण्याची वेळ काही बिचाऱ्यावर आली नाही. रागानं बेभान होऊन अपोलोनं हायसिंथॉसचा हात पकडला, नेम धरला आणि ती थाळी त्याच्या कपाळाच्या दिशेनं भिरकावली. हायसिंथॉस जमिनीवर कोसळला तो अखेरचाच. त्याच्या वडिलांचे नोकर– चाकर आले आणि त्याचा देह घेऊन गेले. मागे गवतावर उरलं ते रक्ताचं थारोळं.

डाफेन भयभीत झाली. तिला आपला घोर अपराध कळून चुकला. अविचारानं तिनं आपोलोचा राग ओढवून घेतला आणि देवाच्या रागानं एका मानवाचा बळी घेतला होता.

जशी सायंकाळ झाली तसा झाडांमागून चंद्रमा उगवला. डाफेन आणि तिच्या सख्या हातातून दिवे घेऊन निघाल्या. हायसिंथॉसच्या स्मृतीला अभिवादन करण्यासाठी ज्या ठिकाणी त्यानं देह ठेवला त्या जागी माथा टेकण्यासाठी आणि त्याचा 'अखेरचा प्रवास' सुखकर होवो अशी प्रार्थना करण्यासाठी. दिव्यांच्या अनेकरंगी ज्योती त्यांनी चंद्रकिरणांपासून घेतल्या होत्या. रक्तानं माखलेल्या भूमीवर त्यांनी हे दिवे ठेवून दिले.

एवढ्यात झाडांमागून एक आकृती पुढं येताना दिसू लागली. भराभर पावलं उचलत आणि वेगानं श्वास घेत.

''अपोलो! अपोलो! धावा, पळा, जीव वाचवा,'' असा एकच आक्रोश सुरू झाला. डाफेनही जीवाच्या भीतीनं धावत होती. कुठं जावं ते समजेना आणि नदीकडे परतण्याऐवजी तिनं कुरणांकडे धाव घेतली. जमिनीवरून धावत राहिल्याने तिच्या टाचांना दुखापत झाली. अपोलो अजूनही तिचा पाठलाग करीतच होता.

डाफेन हताश झाली. क्षणभर थांबून तिनं आपल्या इष्ट देवतेचं स्मरण केलं. काही परवलीचे शब्द उच्चारत आपलं त्वरित एका दाट झुडपात रूपांतर व्हावं अशी करुणा भाकली.

आणि काय आश्चर्य! अपोलोच्या मार्गात खरंच एक तसा सुंदर फुलांचा एक ताटवा उभा राहिला.

जसा जुलमी लोकांना कधी पश्चाताप होत नाही त्याचप्रमाणे देवांनाही अपराधीपणाची

भावना कधी शिवत नसावी– जरी एखाद्या निरपराध मानवाच्या विनाशाला ते कारणीभूत झालेले असले तरीही. डाफेनला वश करण्यात अपयश आल्यानंतरही अपोलो आपल्या मित्राचा अघोरी दुःस्वास करीत राहिला. ज्या ठिकाणी त्याच्या हातून गुन्हा घडला होता त्या ठिकाणी तो परतला आणि एका हाताच्या फटक्यानं जलपऱ्यांनी लावलेल्या दीपज्योती त्यानं विझवून टाकल्या.

पण त्याला कुठं माहीत होतं की, ज्या रक्तरंजित भूमीवर मधुर सुवासाची सुंदर फुलं उमलली होती, त्या ज्योतींचं तेज या फुलांना मिळालं होतं.

आणि याच तेजस्वी फुलांना आपण 'जलपर्णी' म्हणून ओळखतो.

◆

पॉपी
(Poppy)

आयरिसचा विवाह 'पॉपी'शी झाल्यानंतर तो बराच काळ विस्मयावस्थेतच होता. दिवसेंदिवस त्याचा एकाकीपणा वाढत चालला, तो अधिकाधिक अबोल होऊ लागला. एकाच प्रश्नाचं उत्तर तो सतत शोधत राही– हे सारं घडलंच कसं? माझं आणि व्हायोलेटच्या फुलांचं परस्परांवर प्रेम होतं आणि इथं माझा विवाह झाला तो या पॉपीशी. असा मूर्खपणा मी करू धजलोच कसा?

याउलट पॉपी अतीव आनंदाच्या शिखरावर विराजमान झालेली होती. काय झकास नवरदेव तिनं पटकावला होता! मैत्रिणींशी बोलताना तिच्या प्रत्येक वाक्याची सुरुवात अशी होत असे– माझा नवरा असा, माझा नवरा तसा इ. इ. मग विषय कोणताही असो. नव्यानं मिळालेल्या विवाहितेच्या दर्जाची फुशारकी मिरविण्याची एकही संधी ती दवडत नसे.

'व्हायोलेट'ची सर्वात जिवलग सखी म्हणजे पिवळं धमक झेंडूचं फूल. एक दिवस न राहवून तिनं या पॉपीला छेडलंच.

"काय ग, तुझ्या नवऱ्याची प्रकृती तर ठीक आहे ना? तो असा उदास, कोमजलेला का दिसतो? अजूनही तो मृदू स्वभावाच्या 'व्हायोलेट'साठी झुरत असेल का?"

आपला राग आवरत पॉपी म्हणाली, "छे ग, त्याचा स्वभावच मुळात लाजाळू आहे. म्हणूनच तुला त्याच्याकडे पाहून असं वाटत असेल. शिवाय आमचा मधुचंद्राचा काळ अजून संपायचा आहे. एकदा तो संपू दे आणि मग पहाच, त्याचं कसं नवं रूप दिसतं ते." लवकरच पॉपीनं आयरिसच्या व्यक्तिमत्त्वावर मेहनत घेण्यास सुरुवात केली. त्याला आपलं काही काम करायला सांगितलं. ते त्याला काही ऐकू गेलं नसावं. तशी ती खेकसून म्हणाली,

"तुला ऐकायला नाही का आलं? असा वेंधळ्यासारखा बघत उभा का राहिला आहेस?"

ओशाळून, ओठ चावून आयरिस कामाला लागला.

आयरिसच्या प्रत्येक हालचालीत ती दोष हुडकून काढत असे. विशेषत: खाण्याच्या वेळी त्याला डिवचण्यात पॉपीला असा काही उत्साह यायचा की आयरिस बिचारा अर्धपोटीच उठून जायचा. कारण पत्नीची एकटक कुत्सितपणे

पाहणारी नजर त्याला सहन नाही व्हायची.

एक दिवस मात्र या त्रासाचा अगदी कहर झाला. अचानकच पॉपीला चारचौघात आपलं नवऱ्यावर असलेलं वर्चस्व दाखवण्याची लहर आली. प्रत्येक येणाऱ्या–जाणाऱ्यापुढे ती फर्मान सोडू लागली. ''ऊठ, हे कर'', ''ते करू नकोस'', ''हे घेऊन जा'', ''ते देऊन ये'' इ. इ.

आपण पत्नीच्या बोलण्याकडे आणि क्रोधाकडे केलेलं दुर्लक्ष हेच तिच्या संतापाचं कारण होतं. हे जोपर्यंत आयरिसच्या लक्षात आलं नाही तोपर्यंत हा छळवाद असाच चालू राहिला. कुठं त्याच्या स्वभाव– सवयींवर तोफ डागावी, तर कुठं पाहुणा, कुठं यजमान म्हणून तो कसा उणा ठरत आहे हे वारंवार त्याच्या निदर्शनास आणून देणे या व अशा रीतीने पॉपी सातत्यानं आयरिसचा अवमान करीत असे.

एक दिवस तिचं नेहमीप्रमाणे त्याला उद्देशून कुत्सित बोलणं चालू होतं. ते संपेपर्यंत तो गप्प राहिला आणि नेहमीप्रमाणं दंश करीत तिनं विचारलंच,

''मी एवढा वेळ जे काही बोलले, त्याचा तुझ्यावर काहीच का परिणाम नाही झाला? की काही समजलंच नाही?''

आयरिसनं काही वेळानं शांतपणानं नजर वर केली, भलीमोठी जांभई दिली आणि मख्खपणानं विचारलं–

''तू काही म्हटलंस? मला उद्देशून?''

पॉपीमध्ये अजूनही नववधूचा उत्साह आणि आतुरता होती. तिनं त्या दिवशी संध्याकाळी त्याला आपल्यासमवेत राहण्याची विनंती करताच त्यानं घोड्यावरून रपेट करण्याचा आपला विचार जाहीर केला. तो जो एकदा बाहेर पडला तो सकाळपर्यंत परतलाच नाही. हा अपमान, हा मनस्ताप पॉपी काही सहन करू शकली नाही.

अखेर तिनं मदतीसाठी त्याच गावात राहणाऱ्या 'हेनबेन' बाईंकडे धाव घेतली. या बाईंना चेटूकविद्या, मंत्रतंत्र इ. अवगत होती व त्या आधारे त्या लोकांच्या दुःखनिवारणाचं काम करीत असत. पतिपत्नीतील ताणलेले संबंध पुन्हा सुरळीत करण्याबद्दलही त्यांचा बराच नावलौकिक होता.

पॉपीला दिलासा देत हेनबेनबाई म्हणाल्या, ''मुली, उशीर केलास तू यायला. तुला मी आता एक काढा करून देते. त्यानं तो पिऊन टाकला की त्याच्या शरीरात चैतन्य संचारेल आणि मग खचितच तुझ्याकडे आकृष्ट होईल. उत्तम पोषाख करून आयरिसकडे जा आणि त्याला हा काढा पिण्यासाठी दे.''

हेनबेन बाईंनी सांगितलं त्याप्रमाणे सारं घडलंही असतं, जर पॉपीनं मुकाट्यानं, धूर्तपणानं त्यांचा हा सल्ला अमलात आणला असता तर. पण ती आपल्या स्वभावानुसार सर्वांना हे गुपित सांगत सुटली. तिनं हेही साऱ्यांना सांगितलं की काही

क्षणांतच आपला नवरा पूर्णत: आपल्या अमलाखाली येईल.

अशी ही षट्कर्णी झालेली वार्ता आयरिसपर्यंत पोहोचणं केवळ अपरिहार्यच होतं आणि झालंही तसंच. त्याला विचार करण्यासाठी, निर्णयासाठी पुरेसा अवधी मिळाला. हा काढा पिऊन पॉपीच्या आहारी जायचं की 'व्हायोलेट'च्या आठवणींशी एकनिष्ठ राहायचं?

नटूनथटून पॉपी आयरिसच्या समोर आली आणि प्रेमानं तो काढा त्याच्यापुढे धरत म्हणाली,

"तू फार दमलेला दिसतोस आज. हे एवढं औषध घे पाहू!"

आयरिसनं थंडपणानं मान वर केली, तिच्या हातातून तो प्याला घेतला व तितक्याच प्रेमानं म्हणाला–

"तू एक घोट घे पाहू माझ्यासाठी. मग मी राहिलेला पिऊन टाकीन."

हे पॉपीला अपेक्षित नव्हतं.

"तूच धर ना माझ्या ओठांपुढे." चकित होऊन लडिवाळपणे ती म्हणाली.

त्यानं प्याला पॉपीच्या ओठांपुढे धरला आणि काय होतं आहे हे तिच्या ध्यानात येण्यापूर्वीच त्यानं तो तिच्या तोंडात रिताही केला. संतापानं, आवेशात पॉपी आपल्या दिशेनं झेपावत आहे हे पाहताच तिला आपल्या पायांच्या बाजूला ढकलून दिलं व खास या प्रसंगासाठी तयार केलेली छडी उचलली व तिला एकामागोमाग फटके मारू लागला– हा त्यासाठी, हा यासाठी...

तडफडत, धडपडत पॉपी कशीबशी त्या नव्या पायघोळ नव्या झग्यातून बाहेर पडली आणि धावत जाऊन एका झुडुपामध्ये जाऊन दडली. आयरिसनं तिचा झगा त्या झुडुपाच्या बाजूला भिरकावला खरा, पण तो काट्यांमध्ये तिथंच अडकून राहिला.

हा त्या काढ्यानं केलेल्या जादू टोण्याचा प्रकार होता की पॉपीनं स्वत: काही चेटूक केलं होतं कुणास ठाऊक. पण तिचा झगा मात्र त्याच ठिकाणी अडकून राहिला हे मात्र खरं.

कालांतरानं तो फाटून गेला असावा. उरल्या त्या काही गुलाबी, लालसर कडांच्या चिंध्या. आकारानं पाकळ्यांसारख्या आणि फुलांचं रूप लेवून एका अविचारी नववधूची कहाणी सांगत राहिल्या. या नववधूचं नाव होतं पॉपी...

◆

कोल्ह्याचं शेपूट
(Foxtail)

शेतावर राहणाऱ्या उंदरांच्या कुटुंबात आनंदाचं वातावरण होतं. बरोबरीनं काहीसं दुःखही होतं. आनंद होता, कारण घरात राहणाऱ्या उंदरांच्या कुटुंबातील सर्वात लहान 'आखूड शेपटी' कन्येनं शेतातील उंदीर कुटुंबाच्या 'लांब शेपटी' वराच्या विवाहाच्या प्रस्तावाला होकार दिला होता. दुःखाचं कारण असं होतं की, 'आखूड शेपटी'च्या आईवडिलांनी या लग्नाला संमती देताना मोठी अवघड अट घातली होती ती अशी होती की, नवरदेवानं विवाहाच्या दिवशी स्वतःचं घर सजवायचं होतं, ते मांजरांच्या शेपट्यांनी. शोभेसाठी नाही, तर नवरदेवाच्या शौर्याचा आणि साहसाचा पुरावा म्हणून. त्यांना शाश्वती हवी होती की, समस्त उंदीर समाजाचा कर्दनकाळ– काळा बोका 'टॉम' यानं, न जाणो, त्यांच्या लाडक्या कन्येवर हल्ला केला, तर तिचं रक्षण कुणी करायचं होतं? अर्थातच, नवरदेव उंदरानं.

शेतावर राहणाऱ्या उंदराचं कुटुंब भर लोकवस्तीपासून दूर राहत होतं. काटेरी झुडुपांजवळ एका खड्ड्याशेजारी. त्यांच्या बोलण्याचा विषय एकच असायचा– मांजर जमात. पिढी दर पिढी त्यांच्या अपेक्षेतील, कल्पनेतील मांजरांची वर्णनं एकमेकांना सांगितली जायची. त्यांच्या भयावह आणि चित्तथरारक वागणुकीविषयी कहाण्या ऐकवल्या आणि ऐकल्या जायच्या. सांगायचं विशेष म्हणजे त्यांच्यापैकी कुणीही– अगदी सर्वात वयोवृद्ध उंदरानंही उभ्या हयातीत मांजर कसं असतं ते कधी पाहिलं नव्हतं.

आणि आता कोण संकट समोर उभं ठाकलं होतं. एकतर मांजरं पकडायची, नंतर प्रत्येकी एक शेपूट 'हस्तगत' करायचं आणि हेसुद्धा प्रत्यक्ष विवाहाच्या दिवशी. गरीब बिचारे शेतातील उंदीर. त्यांना कल्पनाही नव्हती की घरांत राहणारे गर्विष्ठ उंदीर त्यांना किती कमी लेखत होते! त्यांची सुप्त इच्छा अशी होती की, या विवाहसमारंभात अडथळा आणायचा आणि जर वधूला एखाद्या मांजरानं पकडलं असतं तर हे त्यांना सहज शक्य होतं.

'लांब शेपटी' उंदराचं आपल्या वधूवर इतकं प्रेम होतं की तत्क्षणी त्यानं आपल्यासाठी एका तलवारीची सोय केली– मांजरांना पकडून त्यांच्या शेपट्या

छाटून टाकण्यासाठी. खरं सांगायचं तर ही तलवार नव्हतीच मुळी, एका झाडाचं धारदार पान होतं. त्याला खात्री होती की 'या' तलवारीनं आपण मांजरांच्या शेपट्या सटासट कापून टाकू. कल्पना करा की अजूनपर्यंत मांजर त्यानं पाहिलेलंही नव्हतं.

जय्यत तयारीनिशी नवरदेव आपल्या मोहिमेवर जाण्यास तयार झाला. त्यानं आणखी एक दिवस थांबावं, आपण नक्की यातून काही मार्ग काढू, म्हणून डोळ्यांत आसवं आणून त्याची आई कोण विनवण्या करू लागली. हे शेपूट-कत्तलीचं काम एक दिवसानं लांबणीवर पडलं.

'लांब शेपटी' उंदराच्या आईनं आपल्या घराभोवती असलेल्या काटेरी कुंपणातून डोकं वर काढलं आणि डोक्याला ताण देऊन ती विचार करू लागली. बिचारी! तिनं इतकं म्हणून डोकं शिणवलं की तिचे गाल थरथरू लागले. आता इतका विचार कुणी केला, तर काही कल्पना सुचायलाच हवी आणि ती सुचलीही.

एक कोणी शहाणी कोल्हीण राहायची जवळच्या जंगलात. छान झुपकेदार शेपूट होतं तिचं. तिला जाऊन आपण भेटायला हवं असं 'लांब शेपटी' उंदराच्या आईला वाटलं. जर आपण तिला लग्नाला बोलावलं आणि तशाच काही शेपट्यांचे तुकडे एका संध्याकाळपुरते उसने मागितले, तर सजावटीसाठी त्यांचा उपयोग करून आपला कार्यभाग साधता येईल असाही तिनं विचार केला. जेव्हा कोल्हीणबाईंनी या लग्नाची ही वार्ता ऐकली आणि जेव्हा तिला समजलं की वधू 'घरातील उंदरांच्या' कुटुंबातील आहे, तेव्हा तिच्या तोंडाला पाणी सुटलं. शेतातील उंदरांचं कुटुंब असतं तर तिला त्याचं काही फारसं अप्रूप वाटलं नसतं. पण घरातील उंदीर– 'व्वा:! व्वा:! अहाहा!''

कोल्हीणबाईंनी अशीही चौकशी केली की, उंदीर वधू येताना आपल्या नातेवाईकांना घेऊन येणार आहे का? आणि त्यांनी स्वत: आपल्याबरोबर इतर पाहुणे आणले तर चालेल का?

''अवश्य! अवश्य!'' उंदीर वधूची आई आनंदून म्हणाली. विवाहाचा दिवस उजाडला. कोल्हीणबाई आपल्या पिलावळीला घेऊन वेळेत हजर झाल्या. आपापल्या शेपटांचे तुकडे कापून त्यांनी ते झुडुपांवर सजावटीसाठी लावले आणि स्वत: दगडांमागे– झुडुपांमागे लपून राहिले. लग्नापूर्वी थोडी विश्रांती हवी म्हणून.

संध्याकाळ झाली तशी गवतात, झुडुपांत हालचाल, लगबग सुरू झाली. लहान लहान पावलं इकडून तिकडे धावताना दिसू लागली. ही होती उंदीर वधू आणि पाठोपाठ तिच्या वऱ्हाडाचा ताफा.

सारा वधूपक्ष हजर होताच वराच्या आईनं विचारलं,

''आमची सजावट कशी वाटते?''

''ठीक आहे. छान वाटते–'' पण मान तिरकी करून वधूपक्षाकडील कुणी उत्तरलं,

“पण मांजरांच्या अशा लफ्फेदार शेपट्या असल्याचं कधी ऐकिवात नाही.”

“ही रानटी मांजरं आहेत, म्हटलं”– आता वराची आई आपली बाजू मांडण्यासाठी पुढे झाली. “रानटी मांजरांच्या शेपट्या साध्या मांजरांच्या शेपट्यांपेक्षा फार मोठ्या असतात आणि धोकादायकही. अशा मांजरांना नुसतं सामोरं जायचं तर कोण बहादुरी हवी! “माझ्या मुलानं हे दिव्य कसं काय पार पाडलं, ते माझं मला माहीत!”

“हा: हा: हा:! आणि माझ्या वाटेत कुणी बोका आला, तर त्याला भिऊन मीही दूर पळणार नाही.’ वधूपक्षाकडील एक उंदीरबुवा बढाई मारत म्हणाले. त्यांनी वाटेत थोडं नशापाणी केलं होतं. वाटेत एके ठिकाणी ठेवलेल्या बीअरच्या हौदाला भोक पडलं होतं. त्यातून पिऊन घेता येईल एवढी बीअर या महाशयांनी घेतली होती.

आणि हे त्याचे शब्द अखेरचे ठरले. कारण एवढ्यात सारी कोल्ह्यांची जमात लपून राहिलेल्या जागेबाहेर पडली. सर्वात आधी या बढाया मारणाऱ्या उंदराचा त्यांनी फडशा पाडला आणि नंतर त्याच्या समस्त नातलगांचा.

नवरदेव कसाबसा आपल्या वधूला घेऊन निसटला. तिला बिचारीला काहीच समजेना, कोण वाचलं आणि कोण गेलं. अखेर त्याला अशा प्रसंगी खरी कहाणी आपल्या पत्नीला सांगावीच लागली आणि सूडाचा प्रयत्न म्हणून तिनं त्या कोल्ह्यांच्या शेपट्या त्या झुडुपांना गच्च बांधून ठेवल्या, अशा की त्या कायमच्या त्याच जागी चिकटून राहिल्या.

माणसं या शेपट्या पाहतात आणि खुडून, फुलझाड समजून आपल्या बागेत आणून लावतात. फुलांचे अभ्यासक किंवा त्यांची आवड असणारे लोक त्यांना म्हणतात शोभेची फुलं, कुणी म्हणतं Amaranthus पण त्यांचं प्रचलित नाव मात्र हेच – (foxtail) कोल्ह्याचं शेपूट.

◆

प्रभातपुष्प
(Morning Glory)

सारी फुलं सूर्याच्या दिशेनं वाढत असतात– सूर्याचं तेज, त्याचा निरोगी प्रकाश भरभरून पिऊन घेण्यासाठी. अपवाद होता तो फक्त एका फुलवेलीचा. तिचं नाव- प्रभातपुष्पाची वेल. ती फक्त सावलीमध्ये राहून सरपटत राही, स्वत:चं शरीर उचलून उभं ठेवणं तिला शक्य नव्हतं– कारण तिला पाठीचा कणाच नव्हता.

एक दिवस गोगलगायीनं तिला विचारलं,

"तू सूर्याच्या दिशेनं का नाही वाढत इतर फुलांसारखी?"

" हे कसं शक्य आहे? मला मदत करणारे कुणी सखे– सोबतीही नाहीत."

"मित्र मिळणं एवढं काही अवघड नाही", डोळे मिचकावत गोगलगाय म्हणाली.

"हो. पण मित्र काही पैसे देऊन विकत घेता येत नाहीत आणि पैसे असते तर... पण मी तर गरीब आहे", असे म्हणत ती फुलवेल अधिकच झुकून गेली.

"आयुष्यामध्ये पैशापेक्षा शक्तिमान असं काही आहे– ते म्हणजे स्तुती. त्या वृद्ध– जराजर्जर कुंपणापाशी जाऊन म्हण, की त्याचा वृक्ष बागेत सर्वात सुंदर आहे म्हणून आणि तो तुला त्याच्या बुंध्यावर चढून हवे तितके वळसे घेत, हवं तितकं उंच चढू देईल." गोगलगायीनं चार उपदेशाचे शब्द सांगितले.

प्रभातपुष्प किंचित साशंक झालं.

कुंपणाविषयी म्हणाल, तर ते फार वृद्ध आणि अनुभवी होतं. अशा पोकळ स्तुतीनं हुरळून जाण्याइतके ते मूर्ख असेल का?

एखाद्या सुंदरीची स्तुती करावी का?

उदाहरणार्थ, हा फळांनी लगडलेला वृक्ष. त्याच्याकडं पहा तरी. दिवसभर चिमण्यांचा चिवचिवाट त्याच्या कानांमध्ये चालू असतो. तिची स्तुतीच असते आणि नंतर तिच्या फांद्यांवर खालीवर घरटी करून राहायच्या. किती लबाड असाव्यात त्या! तिच्यापाशी जाऊन आपलं नशीब आजमावून पाहायला काय हरकत आहे? जिथं साहस नाही, तिथं यश कसं मिळावं?

"प्रसन्न फुलवेली, तू किती सुंदर आहेस!"

ती तरुण होती, लहरीची होती. तिनं ऐकलं आणि असं दाखवलं की, जणू आपण हे ऐकलंच नाही.

वेलीनं जोर धरला आणि किंचित वर सरकली. जरा नेट धरला आणि पुन्हा वर चढली.

"कमनीय फुलवेली, तू किती सुंदर आहेस!"

तिनं आपला रुपेरी बुरखा किंचित सरकवून तो खांद्यावरून लपेटून घेतला. स्तुतीचा काहीतरी परिणाम नक्कीच झाला असावा.

"आता तर तू अधिकच सुंदर दिसतेस"– प्रभातपुष्प उद्‌गारलं.

प्रथम किंचित कुजबुजत नंतर खिदळत एक फुलवेल म्हणाली, "आता हेच शब्द माझ्या कानात सांग पाहू!"

प्रभातपुष्पाची वेल त्या वृक्षाला अधिक लपेटून जात उंच उंच चढत म्हणाली, "तू... तू सर्व 'फुलवेली' मध्ये सर्वात सुंदर आहेस."

स्तुतीचे केवळ एवढेच शब्द या प्रभातपुष्पाला माहीत होते, पण ते हे शब्द मनापासून बोलत आहे इतपत या हळव्या, नाजूक प्रकृतीच्या फुलवेलीची खात्री पटण्यासाठी ते पुरेसे होते.

जेव्हा जोराचा वारा वाहू लागला, तेव्हा फुलवेलीच्या खांद्यांवरून शुभ्र बुरखा उडून गेला. तेव्हा हे फूल स्तुतिपर जेमतेम माहीत असणारे शब्दही विसरलं. बिचारी नाजूक, कोवळी फुलवेल. तिला वाटलं, आपल्याला आता हा लग्नासाठी मागणी घालेल, पण शिशिराचं आगमन झालं, तरीही काही घडलं नाही. त्याची वाट पाहत ती एवढी सुकून गेली की, माळी आला आणि जळणासाठी तिच्या शरीराचे तुकडे–तुकडे करून टाकले.

दुसऱ्या वसंतात प्रभातपुष्पानं काय केलं, तर स्तुती करण्यासाठी आणखी एक उद्देश्य हुडकून काढले. गुलाबाकडे जावं का? ती फारच अहंकारी आहे. भारी सुंदर आहे, प्रश्नच नाही, पण काय जीभ आहे वाईट! जणू काही वस्तराच. नको बाबा! माझं काही तिला विचारायचं धाडस व्हायचं नाही.

त्यानं सारं धैर्य एकवटलं आणि वृद्ध कुंपण जिथं उभं होतं, तिथं गेला.

"महाशय,

"माझं ऐकता जरा? मी विचार कर– करून थकलो, पण एक गोष्ट माझ्या लक्षात आलेली नाही..."

"अं...? काय म्हणालास? तू काही बोलत होतास?"

कुंपण बोलतं झालं.

"मी तुमच्या कानाजवळ येते" असं म्हणत ही फुलवेल कुंपणाला चहुबाजूंनी

वेढे देत वर चढली आणि त्याच्या कानापर्यंत जाऊन पोहोचली.

"आता माझं बोलणं ऐकू येतं?"

"हो, येतं."

"तर मला असं म्हणायचं होतं की, मी फार विचार केला, पण मला एक गोष्ट समजत नाही की, आजवर तुझी शक्ती आणि तुझं सौंदर्य कुणाच्या लक्षात कसं नाही आलं? केवळ तुझ्यामुळं हे कुंपण उभं राहू शकतं आणि जर विचार करायचाच, तर साऱ्या बागेत केवळ तुझ्यामुळे शांतता नांदत आहे. शिवाय, मला असं दिसतं की, तुझ्यामध्ये जेवढी शक्ती आहे, तेवढंच चातुर्यही आहे."

"जरा आणखी जवळ ये पाहू!" कुंपणानं सांगितलं.

या फुलवेलीच्या स्तुतीचा त्याच्यावर फारच परिणाम झाला होता. तिला हेच हवं होतं. त्या वृक्षाच्या अग्रभागी पोहोचण्यासाठी तिला फक्त एका रात्रीचा अवधी लागला आणि तिथे राहून अशी काही त्याची स्तुती करत लटकत राहिली की त्याच्या निस्तेज डोळ्यांतून पाणी येऊ लागलं.

"तू, फक्त तूच मला समजू शकतोस. तूच माझा खरा मित्र आहेस. बाकी साऱ्यांना काही दिसतं कुठं? कवीदेखील तसेच. माझ्याविषयी कुणीही एखादी कविता लिहिलेली नाही. ती माणसं फुलवेलीविषयी लिहितील, विशालपर्णी वृक्षाविषयी आणि 'ओक'वृक्षाविषयीही लिहितील. त्यांची स्तुती करून अगदी त्यांना डोक्यावर चढवून ठेवतील पण हे वृक्ष काय माझ्याहून श्रेष्ठ आहेत का? सांग मला, ते माझ्यापेक्षा खरंच उजवे आहेत का?"

"नक्कीच नाही." प्रभातपुष्पानं उत्तर दिलं.

इतक्यात एक लहान मूल बाजूने चालत गेलं आणि या वृक्षावर लपटलेली वेलीची फुलं पाहून म्हणालं,

"या झाडाकडं पहा तर! किती सुंदर फुलं आहेत ही!"

"ऐकलंस तू? म्हणतात ना, की मुलं आणि मूर्ख माणसं खरं बोलतात." प्रभातपुष्पानं पुष्टी जोडली.

"आता माझ्याजवळ रहा. सदैव माझ्याजवळच ऐस." कुंपण बोलून गेलं.

"आणि त्यांना, आपल्या बागेतील सर्वांना सांग, माझं महत्त्व किती आहे ते. मी तुला आधार देईन आणि तू सूर्यप्रकाशात सदैव फुलत, बहरत राहशील."

पण हे निरंतर कालाचं वचन चिरकालीन ठरलं नाही... हिवाळ्यात बर्फाचा जबर मारा होताच वृद्ध वृक्ष कोलमडून खाली पडला.

आणि ही फुलवेलही अधिक काळ शोक करीत नाही राहिली.

नवा बहर येईपर्यंत तिनं नवं आधारस्थान निवडून काढलं होतं. विश्वास ठेवा अगर ठेवू नका. या वेळेस हा मान मिळाला होता सर्वात विशाल आणि विपुल

पर्णराजीच्या 'ओक' वृक्षाला.

कारण त्याची सावली होती विशाल आणि घनदाट आणि आधारही तिला साजेसाच होता– दणकट आणि भक्कम.

◆

नार्सिसस
(Narcissus)

आपल्या मनाप्रमाणे आपल्या मुलांचं संगोपन करण्यात कधी कधी देवदेवतांनाही पुरेसं यश मिळत नसावं. सरिताधिपती केफिसॉस आणि रूपवती परी लेरीओप यांच्या घरी पुत्रजन्म झाला. त्याच नाव ठेवलं नार्सिसस. आई– वडिलांच्या दृष्टीनं तो आरोग्य आणि सौंदर्य यांचा मूर्तिमंत पुतळा होता. मुलाचं कोडकौतुक करण्यात त्यांच्याकडून कधी कसूर नाही व्हायची. नार्सिससच्या आईला मुलाचे गुलाबी गाल, तेजस्वी डोळे व कुरळे, भुरभुरते केस यांचं सारखं गुणगान करीत राहावं असं वाटे. मुलगा जसा दिसामासानं वाढू लागला तशी पित्याच्या लौकिकात, सामर्थ्यातही भर पडू लागली, पण या सामर्थ्यशाली पित्याचं स्थान घरात मात्र दुय्यम होतं, कारण तिथं 'दुसरा राजा' वाढत होता.

लेरीओपला भेटायला येणाऱ्या पऱ्या तर या राजबिंड्या मुलावर पुरत्या भाळल्या होत्या. त्याची स्तुती करण्यात, लाड पुरवण्यात त्यांच्यामध्ये आपसात जणू चढाओढ लागायची.

आम्हा माणसांमध्ये असते त्याहूनही कैक पटींनी अधिक असूया देवदेवतांमध्ये असते. इतकी की आपल्याहूनही कुणी अधिक भाग्यवंत असेल ही कल्पनाही त्यांना सहन होत नाही. या दिशेहून त्या दिशेकडे पोहत जाणारे मासे नार्सिससच्या अलौकिक रूपसौंदर्याची कीर्ती सर्वत्र पोहोचवत असत.

ही बातमी मेडुसा या सामर्थ्यवान स्त्रीपर्यंतही पोहोचली. तिचा मुलगा होता कुरूप, दुष्ट आणि मूर्ख. दुसऱ्याच्या मुलाचं सौंदर्य, बुद्धी याविषयी चांगले शब्द ऐकताच तिच्या मस्तकावरील केस नागाच्या फण्याप्रमाणे उभे राहिले. तिचा जबडा अक्राळविक्राळ झाला आणि तिनं क्रुद्र मनानं या नार्सिससला शाप दिला–

"तुझं सौंदर्य, तुझा चांगुलपणा आणि बुद्धिमत्ताच तुझ्या सर्वनाशाचं कारण होईल. तुझ्या सौंदर्यामुळे तुला इतरांचा विसर पडेल. तुझ्या चांगुलपणामुळे तू स्वकीर्तीसाठी वेडा होशील, इतरांवर बुद्धीनं सतत विजय मिळविण्यासाठी बेचैन

राहशील. ज्या क्षणी तू पाण्यात आपलं प्रतिबिंब पाहशील त्या क्षणी तुझ्या सर्वनाशाला सुरुवात होईल.''

झालं, ही वार्ता घेऊन मासे पाण्यातून भराभर पोहत निघाले आणि ती केफिसॉसच्या राजवाड्यापर्यंत त्यांनी पोहोचवली. केफिसॉसनं हे ऐकताच तत्क्षणी हुकूम दिला की, आपल्या राज्यातील सर्व आरशांचा नाश केला जावा आणि काचांचे तुकडे नदीकाठी बुजवले जावेत.

नार्सिसस लहान असल्यापासूनच तो फार सुंदर, फार चांगले व अति हुशार आहे हे त्याच्या मनावर बिंबविण्यात आले होते. त्यामुळे त्याला वाटायचं की, तसं असणं हा आपल्या कर्तव्याचाच भाग आहे. कधी कधी मात्र हे त्याला जाचक व्हायचं. जेव्हा इतर पऱ्या आपल्या खाण्यातील राहिलेले पदार्थ लहान माशांना भरविण्यासाठी राखून ठेवत त्यावेळेस नार्सिससही तसंच करायचा, पण केवळ नाइलाजानं. त्याला वाटायचं की असं केल्यानं आपण कोणाला दया, सहानुभूती दाखवत नाही, तर फार मेहरबानी करीत आहोत. अखेर त्याच्या मनानं असं घेतलं की, आपण कुणालाही काहीही देण्याची आवश्यकता नाही. अगदी एखादा कणही.

कालगती कोणासाठीही थांबत नाही. देवादिकांसाठी नाही आणि माणसांसाठीही नाही. अगदी कालपर्यंत लहान माशांशी खेळणारा, सुंदर शंख– शिंपले गोळा करणारा आणि पाण्यात उगवणाऱ्या वेली– फुलांनी स्वत:ला सजवणारा हा नार्सिसस आता एक उंच, तरतरीत, उमदा, देखणा युवक झाला होता. ज्या पऱ्यांबरोबर तो खेळायचा, त्याही आता वयात आल्या होत्या. त्यांच्या खेळण्याच्या तऱ्हा आता बदलल्या, तसेच खेळही. मोठ्या माणसांसारखं त्यांचं वागणंही आता प्रौढ वाटू लागलं होतं. प्रत्येकजण आपलं कौशल्य, बुद्धिमत्ता पणाला लावून गाणी, कविता रचत असे किंवा ते डॉल्फिन माशांवर स्वार होऊन पाण्यात दूरवर फेरफटका मारीत असत. काही कविता नार्सिससनंही केल्या. पण लवकरच त्याच्या लक्षात आलं की, बऱ्याचशा पऱ्या बुद्धीच्या बाबतीत त्याच्यापेक्षा बऱ्याच उजव्या आहेत. तेव्हापासून त्यानं लिखाणात– गायनात स्वत: भाग घ्यायचं सोडून दिलं आणि इतरांवर टीकाटिप्पणी करण्यास सुरुवात केली. आता बाकीच्या पऱ्यांना वाटू लागलं, नार्सिससला बऱ्याच बाबतीत बरंच काही समजतं, अन्यथा तो एवढ्या चतुराईच्या गोष्टी कशा सांगू शकला असता? गायकांनाही त्यांच्या गायकीविषयी तो आपली मतं सांगत असे, त्यामध्ये सुधारणाही सुचवत असे.

नार्सिससपेक्षा वयानं मोठ्या असलेल्या पऱ्यांना वाटायचं, याची जोडीदारीण किती भाग्यवंत असेल. याचं रूप, बुद्धी, ज्ञान सारं काही अलौकिक आहे. आणि ज्या त्याच्यापेक्षा वयानं लहान अगर बरोबरीच्या असायच्या, त्या अवतीभोवती गिरक्या घेत, झगे उडवत आपल्याकडे लक्ष वेधून घेत राहायच्या. नार्सिससही

त्यांच्याकडे बघत राहायचा, न्याहाळीत राहायचा, यांच्यापैकी आपल्या पात्रतेची कोण आहे, याचा विचार करीत राहायचा. अखेर त्यानं आपल्यासाठी एक सुंदर परी निवडलीही. ती सर्वात उजवी होती. तिचं नाव होतं एको. लवकरच त्यांचा वाङ्‌निश्चय झाला.

विवाहाच्या दिवशी सायंकाळी एकोनं नार्सिससची मनधरणी केली की, त्यानं पाण्यात डुबकी मारून तिच्या केसात माळण्यासाठी काही खास फुलं आणावीत. त्यानं तत्परतेनं पाण्यातून वर उडी घेतली, तिला हवी असलेली फुलं गोळा केली व आता तो परत फिरणार, एवढ्यात...

सहज पाण्याकडे नजर गेली असता त्याला त्यात आपलं प्रतिबिंब दिसलं.

काय हे अलौकिक सौंदर्य! असं कधी आजवर सृष्टीतलावर निर्माणही झालं नसेल आणि कुणी पाहिलंही नसेल. आपल्या छबीकडे पाहत तो स्वत:शीच म्हणाला. पाहता पाहता त्याला साऱ्या जगाचा विसर पडला आणि स्वत:चाही. फुलं हातातून गळून पडली. तो काठाशी येऊन उभा राहिला. त्याला अत्यानंदानं काय करावं हे सुचेना!

"मी केवळ चांगला, बुद्धिमंत आणि सुंदर नाही, तर या जगतात मी सर्वश्रेष्ठ सर्व बुद्धिमंत आणि सर्वात सुंदर आहे" तो न राहवून पुन: पुन्हा म्हणत राहिला.

या काळात त्याच्या विरहानं व्याकूळ होऊन एकोनं पाण्याच्या वर डोकं काढलं.

झालं. एवढ्यावरून त्याचं बिनसलं. त्याची छबी विस्कटली गेली होती ना! त्यानं या कारणावरून एकोची कानउघाडणी केली.

"हे तू करू धजतेस? नक्कीच तुझ्या मनात माझ्याविषयी असूया निर्माण झालेली आहे. माझ्या सौंदर्याविषयीही. जा तू चालती हो इथून. मी तुला जायला सांगत आहे."

एकाचो या शब्दांवर विश्वास बसेना. तिला वाटलं, तो आपली थट्टाच करीत आहे.

"प्रिया, का म्हणून मला तुझा हेवा वाटेल? मीही सर्व पऱ्यांमध्ये सुंदर, सर्वश्रेष्ठ नाही का?"

"हो, मला तू सुंदर वाटायचीस, पण जोपर्यंत मी स्वत:चं प्रतिबिंब पाहिलं नव्हतं तोपर्यंतच. जरा बघ तरी माझ्याकडे. माझा चेहरा पाहा. माझी तेजस्वी कांती पाहा आणि मग तुझी खात्री पटेल की साक्षात ॲफ्रोडाइटसारखी स्वरूपसुंदरसुद्धा माझी पत्नी होण्यास पात्र नाही" असं म्हणून तो पुन्हा आत्मस्तुतीत दंग झाला.

आपल्या प्रियकरानं आपल्याला सुंदर म्हणू नये हे एखाद्या स्त्रीला जितकं रुचत नाही तितकंच एखाद्या परीलाही. जरी ती सुंदर नसली तरीही. कुणी चार स्तुतीचे शब्द न बोलल्यास तिला ते आवडत नाही. साहजिकच एकोला राग आला अन्

तिचाही संयम ढळला. तिनं त्याला 'स्वतःवर प्रेम करणारा मूर्ख' असं संबोधलं आणि 'तुमच्या मुलाला वेड लागलं आहे' असं नार्सिससच्या वडिलांना सांगण्यासाठी ती त्यांच्या महालात गेली.

आई– वडिलांनी आपल्या मुलाच्या लाख विनवण्या केल्या, अश्रूंचे पाट वाहत राहिले, पण नार्सिसस काही केल्या आपल्या पाण्यातील राजवाड्यात परतायला तयार नाही झाला. तो नदीतीरावरच रेंगाळत राहिला. आपली प्रतिमा न्याहाळत आणि तिच्या सौंदर्याचं कौतुक करीत.

हळूहळू त्याचं शरीर कृश, क्षीण होत गेलं आणि अखेर मातीशी एकरूप होऊन गेलं.

आश्चर्य आहे, माणूस दिवंगत व्यक्तींना नेहमी क्षमा करतो, पण जीवित व्यक्तींना मात्र नाही. नार्सिससच्या बोलण्याचा एकोला कोण राग आला होता, पण आता तो जगात उरला नाही हे सारखं जाणवत राहून एको वरचेवर नदीतीरावर परतून येत राहिली. ज्या ठिकाणी नार्सिसस आपली प्रतिमा पाहून वेडा झाला होता त्या जागेकडे ती वारंवार एकटक पाहत राही. त्याच्या सहवासातील ते सोन्याचे क्षण आपल्या मनाशी आठवत राही.

''किती अलौकिक, अद्वितीय होतं आमचं प्रेम!' उसासे टाकत एको म्हणत राही. आपल्या प्रेमाची स्मृती अजरामर करण्यासाठी तिनं एक फुलझाडाचं रोपटं लावलं. दुधाइतक्या शुभ्र पाकळ्यांचं, नार्सिससच्या तेजस्वी, धवल कांतीसारखं हे फूल. ज्या ठिकाणी नदीतीरावर तो आपली छबी न्याहाळत उभा होता. त्याच ठिकाणी त्याचं नाव सांगत हे फूल उभं राहिलं.

त्या फुलाचं नावही पडलं 'नार्सिसस'.

◆

पिओनी
(Peony)

'पिओनी'चा वाङ्‌निश्चय झालेला होता. एवढ्यात तिची आई निवर्तली. तिच्यावर सहा लहान भावा-बहिणींची जबाबदारी सोपवून. आता काय करायचं? सायमनवर तिचं अपार प्रेम होतं. पण घर आणि भावंडांची जबाबदारी हा विचार तिला सचिंत करीत राहिला. तिला वाटलं सायमन आपल्याला नक्कीच समजून घेईल.

तिचे वडील म्हणाले, "मुली, आणखी दोन वर्षं थांब. तोपर्यंत तुझी बहीण तुझ्यावर असलेली जबाबदारी स्वीकारण्यायोग्य मोठी होईल आणि मग तू विवाह करू शकशील."

"ठीक आहे." पिओनी म्हणाली. 'थांबेन मी दोन वर्षे.' दोन वर्षे सरली. तसा बहिणीनं रडून आकांत मांडला. धाकट्या बहिणीच्या सुखाचा विचार करण्याची गळ घातली. असा जोडीदार तिला पुन्हा मिळेलच हे कुणी सांगावं? आणि तो जर थांबण्यासाठी तयार नाही झाला तर? धाकट्या बहिणीच्या सुखासाठी आपलं लग्न पिओनीनं आणखी दोन वर्षे पुढे ढकललं.

"दोन वर्षे कशी भुर्रकन उडून जातील आणि आपलं प्रेम काळाच्या कसोटीस उतरून अधिकच उत्कट होईल." पिओनीनं पुन्हा एकवार सायमनची समजूत घातली.

"ठीक आहे. याविना जर दुसरा मार्गच नसला, तर वाट पाहणं क्रमप्राप्त आहे." सायमन तयार झाला.

पण आपल्या सर्वात मोठ्या मुलानं असं ब्रह्मचाऱ्यासारखं राहावं हे सायमनचे आई- वडील मान्य करेनात. त्यांनी सायमनला घराबाहेर काढलं.

सायमन जसा जायला निघाला तसं त्यानं पिओनीला वचन दिलं की, दोन वर्षे सरताच तो एका कबुतराबरोबर आपला निरोप पाठवेल.

पहिल वर्ष संपलं. दुसरंही संपताच एक पत्र आणि शुभ्र फूल घेऊन सायमनचा निरोप घेऊन एक कबूतर पोहोचलं. पिओनीनं त्वरित आपलं उत्तरही पाठवलं.

"प्रिय सायमन,

तू अजून माझा विचार करीत आहेस याचा मला कोण आनंद वाटतो. मलाही सतत तुझाच ध्यास लागलेला आहे. पण आजही परिस्थिती अशी आहे की, आपल्याला आणखी दोन वर्षे थांबायला हवं. माझा धाकटा भाऊ मोठा होईपर्यंत."

भाऊ मोठा झाला आणि अशी पत्नी अशा हुंड्यासकट मिळवली की ती हातची जाऊ देणं हा केवळ मूर्खपणा ठरला असता.

ती दोन वर्षेही गेली. आता तिच्या धाकट्या बहिणीला लग्नाची एवढी म्हणून घाई झाली होती की काय विचारता!

"आता मी सातासमुद्रापलीकडं जातो आणि नशिबाची परीक्षा पाहतो. पिओनी, तू मला सांग, मी तुला आपल्या विवाहाची कोणती भेट आणू?"

"मला बागेत लावण्यासाठी एखादं फुलाचं रोपटं घेऊन ये." कारण सायमनला त्याच्या स्वभावामुळं आणि भटकंतीमुळं सोनं- चांदी आणता येणार नाही हे तिला माहीत होतं.

दिवसांना खरोखरच पंख फुटलेले असतात की काय नकळे. हीही दोन वर्षे निघून गेली. सायमननं तिला पुन्हा एकवार लग्नासाठी विचारलं.

पिओनीनं कारण दिलं.

"नाही, मी आताही नाही करू शकत लग्न. माझा सर्वात धाकटा भाऊ आता मोठा होऊ लागला आहे आणि त्याला जग पाहायचं आहे. तो कोणाचंच ऐकायला तयार नाही. हे सर्वात धाकटं भावंड. एकदा त्याला आपल्या पायावर उभं केलं की मी लग्न करायला मोकळी."

या अवधीत आणखी एक अनपेक्षित संकट येऊन ठेपलं. तिला बिचारीला काय याची पूर्वकल्पना असणार? तिची धाकटी बहीण- जिनं सर्वात आधी लग्न केलं होतं- जीवघेण्या आजारानं निवर्तली. मागं राहिली तीन अल्पवयीन मुलं. त्यांचे वडील सकाळ ते संध्याकाळ कामावर शेतावर जातील तेव्हा त्यांचं खाणं- पिणं, कपडे कोण बघेल?

"जर तू लक्ष घालत नसशील, तर मी त्यांना जंगलात घेऊन जातो आणि लांडग्यांच्या तोंडी देतो."

या मुलांना आपल्या छत्राखाली घेण्यास पिओनी कसा बरं विरोध करू शकत होती?

पुनश्च एकवार तिनं सायमनला निरोप पाठवला की, मेहुणे दुसरं लग्न करू देत. आपल्या मुलांना परत नेऊ देत. तोपर्यंत तिला वाट पाहायला हवी.

शोककाल संपला तसं मेहुण्यांनी दुसरं लग्न केलं. पण ही नवी पत्नी या मुलांच्या संगोपनाविषयी काही ऐकून घेण्यासही तयार नव्हती.

सायमन आणि पिओनी अजूनही आपल्या विवाहाला उरलेला अवधी मोजत असावेत असं वाटत तरी नव्हतं. तिची भावंडं मोठी झाली. आता तिला आपल्या भाचरांची काळजी घ्यावी लागत होती. वर्षे भराभर निघून गेली. श्रमांमुळे पिओनी आता कमरेत वाकली होती. दुःखानं केसही पिकून गेले होते. एक दिवस असा येऊन ठेपला की, कुणाला तिची गरज भासेनाशी झाली. ही वृद्ध, एकाकी स्त्री राहात होती त्या झोपडीची वाटही माणसं विसरली. रोज सकाळी उठून पाय ओढत, ओढत ती फाटकापाशी जाऊन सायमनच्या कबुतराची वाट पाहात असे. थरथरत्या हातानं लिहिलेलं पत्र तिला सायमनला पाठवायचं होतं. "प्रिय सायमन, मी तुझी वाट पाहत आहे."

अखेर जेव्हा कबूतर सायमनचं पत्र घेऊन आलं, तिनं विवाहाची तयारी सुरू केली. ती लहान असल्यापासून जो नववधूचा पोषाख तिनं तयार करून ठेवला होता तो तिनं घातला. फुलांचा मुकुटही घातला आणि हा सारा पोषाख करून ती फाटकापाशी नटून थटून उभी राहू लागली.

"बिचारी पिओनी! तिच्या डोक्यावर परिणाम झालेला दिसतो." माणसं तिची टिंगल करू लागली.

सायमन कधीच परतला नाही आणि तिची मानलेली मुलंही आली नाहीत.

एक दिवस मात्र कुणी एक व्यक्ती न बोलावताच येऊन ठेपली. एका खांद्यावर एक कोयता होता आणि आपल्या हडकुळ्या हातांनी ती पिओनीला बोलावू लागली.

"व्वा मृत्यो! तू मला नेण्यासाठी आला आहेस का? मी इतकी वर्षे माझ्या विवाहासाठी थांबले आहे, तू आणखी काही वर्षे नाही का वाट पाहू शकत?"

"माझ्या निर्णयामध्ये कधीही बदल होत नाही आणि मी कोणालाही आपलं म्हणणं मांडण्याचा अधिकार देत नाही. मी कोणालाही विचारीत नाही. मग तो राजा असो वा रंक. मला सर्व समान आहेत. मी वेळ नेमून देतो आणि ती येताच मी हातांनी खूण करतो. आजवर या जगात कुणीही माझ्या आज्ञेचं उल्लंघन केलेलं नाही."

कुणी परक्या माणसांनी पिओनीला दफनभूमीकडे नेलं. तिच्यासाठी वाळूचं एक स्मारक तयार केलं. जेव्हा ही माणसं निघून गेली तेव्हा एक अनोळखी वाटणारा पुरुष हजर झाला. तो फार घाईत असावा असं दिसत होंतं. तो दफनभूमीच्या भिंतीवर चढला आणि थेट नव्यानं बांधलेल्या थडग्यापर्यंत येऊन पोहोचला.

"माझी पिओनी? अखेर आपण इथं भेटायचं होतं ना?" तो अशा रीतीनं बोलत होता की, जणू ज्या स्त्रीशी तो बोलत होता तिला त्याचं बोलणं ऐकू जात होतं. "मी याआधीही खूप प्रयत्न केला. पण मी काही येऊ शकलो नाही. मी तुझ्यासाठी एक फूल आणलंय. त्याला तुझंच नाव दिलंय– पिओनी. कडूगोड

सुवास आहे त्याचा. आपल्या प्रेमासारखाच.''

पिओनीच्या नातेवाईकांनी तिच्या समाधीवरील या आजवर न ऐकलेल्या, सुंदर फुलाविषयी ऐकलं आणि आपल्या बागेसाठी त्याची रोपं नेण्यासाठी आले.

''प्रिय पिओनीची आठवण म्हणून.''

♦

कक्कूचं फूल
(Cuckoo Flower)

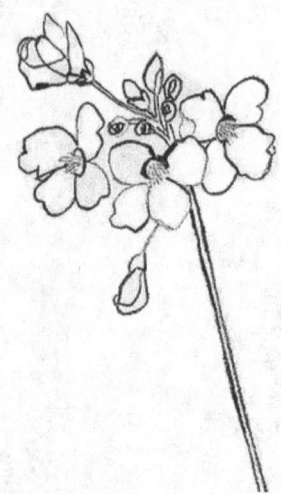

कक्कू– असं नाव एखाद्या मुलीचं असणं... थोडं खटकतंच, नाही का? या नावाची एका खेडेगावात राहणारी सुंदर मुलगी होती. प्रत्येक मुलाकडं पाहून हसून दाखवणारी. इतर मुली किंवा गावातील वृद्ध स्त्रिया यापैकी कुणी तिला कधी हटकलं तर त्यांच्याकडे एक तुच्छ कटाक्ष टाकून ती रुक्षपणानं म्हणायची,

"सर्वच तरुण मुलं माझ्यावर लट्टू आहेत, हे बहुधा तुम्हाला खटकत असावं. मी तुमच्यापेक्षा उजवी आहे, याचंही तुम्हाला वैषम्य वाटत असावं."

नव्या फुलांच्या मोसमात तर तिच्या हसण्या– खिदळण्याला ऊत यायचा. Mid Summer Night च्या दिवशी गावातील सर्वात देखणा तरुण कक्कूला जंगलामध्ये फिरायला घेऊन गेला– तेथील भराला आलेला मोहोर दाखवण्यासाठी.

ही फुलं त्यांना तिथं सापडली की नाही कुणास ठाऊक; पण कक्कूमध्ये फारच मोठा बदल घडून आला. त्यानंतर ती अबोल होऊन गेली. तरुण मुलांची थट्टा– मस्करी करण्याचं तिनं सोडून दिलं आणि त्यांनीही तिच्या घराकडे जाणं आता थांबवलं.

मुलं जन्माला येतात, तेव्हा त्यांच्या इच्छेनं थोडीच येतात जन्माला. आपल्या येण्यानं कुणाला आनंद होईल किंवा दु:ख होईल हे माहीत नसतानाच ती हजर होतात. कक्कू त्या गावातून काही काळासाठी नाहीशी झाली. माणसं तर्क–वितर्क करत राहिली– ती येताना मुलाला घेऊन येईल की मुलीला... कक्कू जेव्हा एकटीच परतली तेव्हा अचंबा करण्याची पाळी गावकऱ्यांवर आली.

"तुझं बाळ कुठं आहे?" – स्त्रियांनी तिला विचारलं.

"त्याला मी ठेवलंय सौ. शेपूट-हालवे बाईंकडे. त्याच त्याचा सांभाळ करतील."

"पण तू का नाही त्या बाळाला वाढवू शकत?"

"तुम्ही मला काय एवढी मूर्ख समजता?" उपहासानं कक्कू म्हणाली, "तुम्ही जशी पाळण्याची दोरी अडकवून घेतली आहे तसंच मीही करू की काय? म्हणजे मी गाऊ नये, नाचू नये असंच तुम्हाला वाटतं की काय? मला हे तारुण्यातील दिवस मौजमजेनं व्यतीत करायचे आहेत म्हणजे उतारवयात मागं काही आठवण्यासारखं

तरी उरेल.'' एवढं बोलून ती एका टाचेवर गिरक्या घेऊ लागली. अर्थात, तेथील स्त्रियांकडे एक तुच्छ कटाक्ष टाकून.

''तू म्हातारी होशील तेव्हा कुणापुढे गाऊन दाखवशील?''

''तुम्ही तुमचं तारुण्य मुलाबाळांवर वाया घालवत आहात.''

''आम्ही वृद्ध होऊ तेव्हा आमची मुलं असतील, नातवंडं असतील, गोंगाट असेल आणि आनंदही.''

''जेव्हा मी वृद्ध होईन तेव्हा मुलांना हुडकून काढीन. त्यांना माझी काळजी घ्यायलाच लावेन. तसा कायदाच आहे मुळी.'' कक्कू शहाणपणानं उत्तरली.

ती आपल्या इच्छेनुसार आयुष्य जगत राहिली. दरवर्षी एक मूल होत राहिलं आणि ते कुठं, कोणाकडे सांभाळायला दिलं, हे तीही विसरत राहिली आणि इतरांनीही त्याचं स्मरण ठेवलं नाही.

नियती आपल्या परीने अशा माणसांना वेचत राहते, की जी आपली जबाबदारी टाळून तारुण्य सांभाळण्यात दंग असतात. आयुष्याचा मध्यबिंदू गाठण्यापूर्वीच कक्कूचे केस पिकून गेले, चेहऱ्यावर सुरकुत्या पडल्या, खांदे वाकून गेले. या परिस्थितीनं तिला आपण जगात आणलेल्या मुलांची आठवण करणं भाग पाडलं. तिला वाटलं, आता त्यांना हुडकून काढून त्यांच्याकडून आधाराची मागणी करण्याची वेळ आली आहे.

ती गेली सौ. शेपूट-हालवे बाईंकडे.

त्यांच्या खांद्यावर डोकं ठेवून कक्कू अश्रू गाळू लागली. होय, तरुण वयात ती बेफिकीर आणि उडत्या चालीची होती. तिनं तसं कबूलही केलं. तिनं आपलं प्रथम अपत्य त्यांच्याकडे सांभाळण्यासाठी दिलं होतं, पण तिला आता ते मूल परत हवं होतं. सौ. शेपूट-हालवे बाईही मूर्ख नव्हत्या. त्यांनी तिला विचारलं,

''तो मुलगा होता, की मुलगी?''

हे कक्कूला तरी कुठं ठाऊक होतं? ती खांदे उडवून चाचरू लागताच बाईंना हसू अनावर झालं.

''आता तुला तुझ्या नाचगाण्याचा अर्थ समजतो?''– त्यांनी कक्कूला विचारलं.

''राहू द्या, राहू द्या''– कक्कू संतापानं मान फिरवत म्हणाली, ''काही हरकत नाही. ठेवून घ्या माझं पहिलं मूल. मला आणखीही बरीच मुलं आहेत. मी आता कत्तलखाने बाईंकडे यांच्याकडे जाते. त्या तुमच्यासारख्या दुष्ट नक्कीच नसतील. माझी खात्री आहे.

कक्कूला पाहून या बाईंना फार वाईट वाटलं; पण मुलं परत देण्यास मात्र त्या राजी नव्हत्या. कारण त्यांनी या मुलांवर आपल्याच मुलांवर करावं, तसं प्रेम केलं होतं. त्यांनी कक्कूला थोडा वेळ थांबायला सांगितलं आणि ज्या ज्या घरात तिनं

आपली मुलं ठेवायला दिली होती, त्या त्या घरात जाऊन त्यांनी कक्कूच्या सर्व मुलांना बोलावून अंगणात एकत्र केलं. त्यांनी मुलांना विचारलं, त्यांच्यापैकी कोण–कोण तिला आई म्हणून हाक मारू इच्छितं?

"कक्कू"– एक मुलगा म्हणाला.

दुसरा बोलला, "कक्कू".

आणि पुनश्च "कक्कू, कक्कू आणि कक्कू", सारी मुलं एक सुरात ओरडू लागली.

हताशपणे आणि संतापानं उद्विग्न होऊन कक्कू आता धमकावणीच्या भाषेत बोलू लागली.

"अरे, मी तुमच्यावर कायद्यानं कारवाई करीन, जर तुम्ही आईविषयी आपलं कर्तव्य पुरं केलं नाहीत, तर".

"मुलाचं कर्तव्य? आणि तेही अशा आईसाठी, की जिनं स्वत:ची कर्तव्य कधी पार पाडली नाहीत? नाच–गाणी, भटकंती याशिवाय तू केलंस तरी काय?"

एकाएकी तिच्या पायातील बळ ओसरलं. ती परत फिरली आणि जंगलाच्या दिशेनं चालू लागली. पाय ओढत, ओढत ती निघाली होती. प्रकृती बरी नव्हती आणि ती इतकी थकून गेली होती, की ती तिथेच, शेवाळ्यात कोसळली, अशा इच्छेनं की याच ठिकाणी, याचक्षणी मरण आलं, तर किती बरं होईल!

जवळच एक कोरडी फांदी गळून पडली.

तिनं मान वर केली. पाहिलं, एक छोटीशी मुलगी लंगडत तिच्या दिशेनं चालत येत होती. तिच्या उजव्या हातात आधारासाठी धरलेली एक काठी होती आणि डाव्या हातात एक हिरव्या रंगाचा प्याला.

त्या मुलीनं तो प्याला कक्कूपुढे धरला आणि म्हणाली, "हे पिऊन टाक. प्रिय आई, हा भोजनवृक्षाच्या सालींचा रस आहे. कक्कूला हे ऐकून इतकं आश्चर्य वाटलं, की ती समजली, जरूर आपल्या ऐकण्यात काही चूक झाली असावी.

"तू मला काय हाक मारलीस, बाळ? पुन: एकदा बोल पाहू."

मी म्हटलं, "आई", कारण तू माझी आई आहेस. "ती मुलगी निरागसपणे कक्कूच्या डोळ्यात निरखून पाहत म्हणाली, "आई", अहाहा! किती सुंदर शब्द आहे. पुन: म्हण पाहू."

"आई."

"पण तुला कसं माहीत की, मीच तुझी आई आहे म्हणून?" कक्कूच्या मनात नाना शंका दाटून आल्या.

"मला एका पक्षिणीनं वाढवलं. शिकारी जातीची होती. ती बरीच प्रेमळ होती, पण तिचा नवरा माझा राग– राग करायचा. एकदा तो दारूच्या नशेत घरी परतला,

त्यानं मला उचललं आणि दिलं घराबाहेर फेकून. तो मला म्हणायचा ''कक्कूचं कार्टं''. तेव्हापासून मी अशी लंगडत आहे. मी इकडे– तिकडे भटकत तुझाच शोध घेत होते, आई.'' असं बोलत बोलत ती कक्कूला येऊन बिलगली आणि तिचं डोकं वर करून तो हिरवा प्याला तिच्या ओठांशी धरला.

''अरेरे! काय मूर्खपणा करत राहिले मी इतकी सारी वर्षं! 'आई' म्हणून हाक ऐकण्यात केवढा आनंद आहे. या शब्दातच किती सौंदर्य आहे!''

आयुष्यात प्रथमच तिच्या डोळ्यातून आसवं ओघळू लागली. भली– मोठी आसवं. ती जमिनीवर ओघळून पडत राहिली आणि त्या त्या ठिकाणी पांढऱ्या आसवांसारखी शुभ्र फुलं उमलत राहिली.

याच फुलांना कक्कूची फुलं म्हणून ओळखतात.

◆

जाई
(Jasmine)

कोण्या एकेकाळी आणि फार फार वर्षांपूर्वी फुलांना कोणतेच रंग नसायचे. एक दिवस अखेर एक कलाकार पृथ्वीतलावर अवतरला. रंगांची एक पेटी आणि लहान– मोठ्या कुंचल्यांचा भला मोठा संच घेऊन.

''या, सारे माझ्याजवळ या आणि तुम्हाला हवा तो रंग स्वत:साठी निवडा''– फुलांना, छोट्या झुडुपांना उद्देशून तो कलाकार म्हणाला.

हे ऐकताच सारी फुलं लगबगीनं भोवती गोळा झाली आणि रंगाची करामत पाहण्यासाठी रांग करून उभी राहिली.

झालं असं की, ज्या ठिकाणी हा कलाकार उभा होता तिथं सर्वात जवळ उभं होतं ते जाईचं फूल. म्हणून ते बोललं सर्वांच्या आधी. त्याला पिवळा रंग फार प्रिय होता.

''मला हवा पिवळा रंग. पिवळा धमक. सूर्याच्या किरणांसारखा.''

''फुलांचा राजा गुलाब. सर्वात आधी रंग निवडण्याचा मान त्याचा. तू मध्येच बोलायला धजलासच कसा?'' जाईच्या फुलाला रागानं दूर लोटत, किंचाळत कलाकार म्हणाला.

''मी काही मध्ये घुसलो नाही. गेली कित्येक वर्षे मी याच जागेवर उभा आहे आणि तिथूनच मी बोललो.'' जरा रागातच जाईच्या फुलानं उत्तर दिलं.

''ते काही नाही. पहिला मान राजाचा, हे तुला ठाऊक असायला हवं. शिक्षा म्हणून निवडीचा क्रम तुला सर्वात शेवटी दिला जाईल आणि तोही त्यासाठी तू विनयानं याचना केल्यावरच.''

गुलाबाच्या फुलांना रंग देत असताना कलाकारानं खूपच वेळ आणि श्रम खर्च केले. किती म्हणून रंगांची त्यांनी मागणी केली. लाल, पिवळा, गुलाबी, केशरी इ. इ. राहिला एकच रंग, निळा. जो गुलाबानं अव्हेरला होता. या कलाकारानं तो नीलपुष्पांवर आणि काही बहुरंगी फुलांवर मुक्त हस्तानं उधळला.

'पॉपी'च्या फुलांनी या कलाकाराकडे पाहून असं काही खट्याळ स्मित केलं की, या फुलांच्या वाट्याला शेंदरी रंगाचं सौंदर्य आलं. डेलियाच्या फुलांनी कलाकाराची वारेमाप स्तुती केली. साहजिकच रंगांच्या अनेकविध छटा आणि लोभस रूप त्यांच्या

वाट्याला आलं.

आता उभी राहिली खाजकुईलीची फुलं.

"कोणता रंग हवा तुम्हाला?"

"कोणताही चालेलं. तुम्हीच ठरवा.'

"त्यांच्या वाट्याला आला करडा रंग."

"आवडला हा रंग तुम्हाला?"

"नक्कीच आवडला. आमचे सर्वांचेच रंग एकसारखे आकर्षक असू शकत नाहीत. नाहीतर गुलाबाच्या रंगांना सुंदर कोण म्हणेल?"

एका काटेरी रोपट्यानं किंचित नखरा दाखवताच त्याला मिळाला फिकट जांभळा रंग.

'पॅन्सी'ची छोटी फुलं फेर धरून त्याला वाकून, वाकून अभिवादन करीत भोवती गोळा झाली. कलाकाराला वाटलं, जणू फेर धरून नाचणाऱ्या छोट्या मुलीच. म्हणून त्यानं त्यांच्या पाकळ्यांवर विविध छटांचे चेहरे रंगवले. शांत, हसरे आणि उदास.

सफरचंदाच्या झाडानं नवं पीक येताच फळांनी भरलेली भली मोठी करंडीच द्यायचं कबूल केलं म्हणून कलाकारानं त्याच्या फुलांच्या पाकळ्यांना नाजूक गुलाबी रंग बहाल केला. या कामाला बराच वेळ लागला, कारण फांदी– फांदीवर चढून, पाना– पानावर, पाकळी– पाकळीवर रंगांची शिंपण करायची होती.

'लायलॅक' या फुलांनी या कलाकाराला खुष करण्यासाठी नवी युक्ती योजिली. त्यांनी या कलाकाराकडे थेट आपला प्रतिनिधीच पाठवला आणि सोबत निरोपही–

"तू प्रत्येक वसंतात यावंस आणि हव्या तितक्या फांद्या तोडून न्याव्यास. तुझ्या मैत्रिणींसाठी... च् च् तुझ्या मैत्रिणींसाठी. जितक्या अधिक फांद्या तोडशील, तेवढ्या अधिक उगवतील."

"केवढी चूक करायला भाग पाडत आहात तुम्ही मला"– या प्रतिनिधीला दूर सारत कलाकार उत्तरला. तरीही या फुलांनी आपल्या मनाजोगते रंग काबीज केलेच.

'डॅन्डेलियन'च्या फुलांनी कलाकाराला आपल्या मुळांचा ताजा रस पिण्यासाठी आणून दिला आणि आपल्यासाठी पिवळाधमक रंग मिळवला.

पिवळा रंग समोर येताच त्याला आठवण झाली ती जाईच्या फुलांची.

"तर मग? कोणता रंग हवा तुम्हाला? माझ्याकडे आता पिवळा फारसा उरलेला नाही, पण जर तुम्ही याचना केली तर मी तो तुमच्यासाठी ठेवू शकेन."

"आम्ही याचना करणार नाही."

आता जाईच्या फुलांचा स्वाभिमान या कलाकाराला दंश करीत होता.

"काय? याचना करणार नाही म्हणालात? तुम्हाला ठाऊक आहे की, गर्विष्ठ

भिकारी हे देवाचे शत्रू असतात?''

"ठीक आहे. जर याचना करू शकत नसाल तर वाकून मला अभिवादन करा.''

"वाकण्यापेक्षा आम्ही मोडून पडणं अधिक पसंत करू.''

कलाकारानं हातात घेतलेला कुंचला तसाच राहिला. 'तुम्ही स्वत:ला समजता तरी कोण? तुम्ही मागणारही नाही अन् वाकणारही नाही? ठीक आहे. रहा तर मग असेच, कोणत्याही रंगाविना.' आणि म्हणून जाईची फुलं तशीच राहिली. रंगहीन, निस्तेज आणि नाजूक.

सांभाळून बरं, फांदी वाकवण्याचा प्रयत्न करू नका. ती मोडून पडायची नाहीतर.

◆

व्हायोलेट
(Violet)

एके दिवशी सकाळी ती लवकरच बाहेर पडली. ती एक पोरसवदा मुलगी होती. दिवस निसर्गाच्या नव्या बहराचे होते. तिच्या हातात होता छोटासा व्हायोलिन. जेव्हा तिनं ते वाजवण्यास सुरुवात केली, तेव्हा सारे पक्षी शांत होऊन गेले.

मधमाश्या आणि फुलपाखरं गुणगुणत तिच्याभोवती फेर धरू लागली. त्यांनी तिला नाव दिलं व्हायोलेट. एक तर तिला दुसरं नाव नव्हतं आणि दुसरं असं की, तिचा व्हायोलिन याच रंगाचा होता.

एक 'पॉपी' चं फूल तिच्याशी मैत्री साधत एक दिवस तिला म्हणालं,

"व्हायोलेट, तू आपले जाहीर कार्यक्रम करून पैसे का मिळवत नाहीस?"

"पण हे कसं शक्य आहे? माझ्याकडे त्यासाठी हवं असलेलं पुरेसं शिक्षणही नाही. वाद्यवादनानं मी दुसऱ्यांना आनंद देऊ शकते याचं मला मोठं समाधान वाटतं."

"पण तुझ्याकडे पुरेसे पैसे असते तर तू स्वत:साठी छान छान कपडे घेऊ शकली असतीस. तुझ्याकडे या हिरव्या झग्याशिवाय दुसरे कपडे असतील असं मला वाटत नाही."

"असू दे. जे, जसं आहे, त्यात मी समाधानी आहे. छानछोकीची मला हौसही नाही." व्हायोलेट ने समर्थन दिले.

"पण तुझ्याकडे जर पैसे असते तर तू चांगले, मण्यांचे दागिने घालू शकली असतीस. तुझी मान आणि गळा इतका अशक्त आणि हाडकुळा दिसतो! 'ट्यूलिप'चं सुंदर फूल 'व्हायोलेट'चं मन वळवत म्हणाली,

"म्हणजे तूही आकर्षक दिसशील आणि तुझ्याकडेही कुणी आकर्षित होऊ शकेल."

लहानशी 'व्हायोलेट' हसून म्हणाली,

"जर माझी मान अशी अशक्त आहे आणि जर दागिने घातल्यामुळेच जर कुणी

माझ्या प्रेमात पडणार असेल तर ते प्रेम असेल दागिन्यांसाठी, माझ्या गुणांखातर नाही.''

'पॉपी'ला आला भारी राग. घुश्श्यात येऊन मान फिरवत ती म्हणाली,

''तू अजून एवढी पोरकट आहेस की तुला कुणी काही सांगण्यात मुळीच अर्थ नाही.'' आपले ओठ रंगवले आणि रस्त्याच्या दुसऱ्या कडेला उभ्या असलेल्या 'आयरिस'कडे पाहून तिनं स्मितहास्य केलं.

'आयरिस'नं अर्थात या स्मिताला प्रत्युत्तर दिलं नाही. कारण त्याचक्षणी 'व्हायोलेट'नं वाद्यवादनाला सुरुवात केली. त्याला वाटलं, जणू काही अदृश्य धाग्यांनी ती आपल्याला स्वत:कडे खेचून घेत आहे. त्या सुरावटीवर लुब्ध होऊन तो मंत्रमुग्ध होऊन उभा राहिला. ती गाणी होती मैत्री आणि प्रेमाविषयी.

'व्हायोलेट'नं आपलं वादन क्षणभर थांबवलं. झेंडूच्या तेजस्वी फुलांनी तिच्या दिशेनं झुकून कुजबुजत म्हटलं,

''ते आयरिसचं फूल तुझ्याकडे कसं पाहत होतं एकटक बघितलंस? मला वाटतं, ते तुझ्या प्रेमात पडलं असावं.''

''छे ग, काहीतरीच काय बोलतेस? माझ्याकडे कुणी एकटक पाहावं असं माझ्यात आहे तरी काय? आणि या इतर इतक्या सुंदर फुलांपुढं मला कोण विचारतं? शिवाय, त्या 'आयरिस'चं देखणेपण काय वर्णावं! त्याला संगीताची आवड आहे म्हणून कान लावून ऐकत असेल एवढंच. अशी माझी चेष्टा करशील आणि नंतर म्हणशील,

''हा: हा:! कशी मज्जा केली मी तुझी!''

असं असलं तरी व्हायोलेटच्या मनात या संभाषणानं कोण खळबळ माजून राहिली! आपला व्हायोलिन तिनं छातीशी गच्च कवटाळून धरला आणि या भावना नव्या, हळुवार गाण्यातून व्यक्त होऊ लागल्या. तिच्या संगीतात एवढं सामर्थ्य होतं की त्यातून सभोवतालच्या जगात किती आनंद, प्रेम आणि मैत्री आहे याची सहज कल्पना यावी. मनात आणलं तर या शक्तिसामर्थ्यानं निळ्या आकाशात चमकणाऱ्या तारकांप्रमाणे तेजस्वी प्रकाश चोहोबाजूंना पसरवू शकला असता.

गाणं– वादन संपलं, तरी 'आयरिस' अजून त्याच नादात गुंगून गेला होता.

एवढ्यात एक लायलॅकचे फूल त्याच्याजवळ येऊन कुजबुजत म्हणाले,

''आयरिस, तुझ्या दारी आलेलं हे सुख असं अव्हेरू नकोस. व्हायोलेट इतका वेळ तुला रिझवण्यासाठीच वादन करत होती हे तुझ्या लक्षात कसं नाही आलं? तिचं तुझ्यावर प्रेम तर नाही ना जडलं?''

''छे, छे! असं काही तरी वावगं बोलू नकोस. ती फार मोठी कलावंत आहे. तिचं संगीत स्वर्गीय आहे, थेट सूर्याच्या तेजाला जाऊन भिडणारं आहे. मानवी

भावना तिला परिचित नसाव्यात. ती कलेच्या विश्वात वावरणारी, असं असता माझ्यासारख्या सामान्याला तिच्या जीवनात गवताच्या पात्यापेक्षा अधिक स्थान नसावं. Irisची प्रतिक्रिया ही अशी साधी, नैसर्गिक होती.

दिवस जाऊ लागले. उन्हाळा सुरू झाला. हवेत उकाडा जाणवत होता. व्हायोलेट चंद्रकिरणातील सुनीताचे सूर छेडत होती. त्या संगीतात आव्हान होतं, शरणागती होती आणि आनंदप्राप्तीची ओढही होती.

'पॉपी'चे उष्ण श्वास 'आयरिस'च्या चेहऱ्यापर्यंत जाऊन भिडले. त्या मदिरेची नशा एवढी तीव्र होती की 'पॉपी'शी एकरूप होऊन जाण्यातच त्याच्या आयुष्याची परिपूर्णता आहे. सकाळ होईपर्यंत जर त्यानं वाट पाहिली असती तर कदाचित तो भानावर येऊ शकला असता. पण 'पॉपी'नं त्याला तेवढी फुरसत दिलीच कुठं! सकाळी जसे दवबिंदू अवतरले त्याबरोबर तिनं आपल्या विवाहाची घोषणा केली.

चोहोबाजूंनी अभिष्टचिंतन, आशीर्वाद यांचा वर्षाव होऊ लागला. सौख्यपूर्ण वैवाहिक व कौटुंबिक जीवनाच्या शुभेच्छा भरभरून दिल्या जाऊ लागल्या. 'पॉपी' आनंदानं जणू वेडी होऊ पाहात होती. झगा उडवून नृत्यच करायच्या बेतात होती. 'आयरिस' मात्र अलिप्त आणि निष्प्राण होऊन उभा राहिला. जणू काही या आनंदी घटनेचा त्याच्याशी काहीच संबंध नव्हता.

विवाहसमारंभानंतर नृत्याचा कार्यक्रम व्हावयाचा होता. 'व्हायोलेट'ला नृत्यांसाठी वादन करण्याचं निमंत्रण होतं. पाहुणे नृत्यासाठी जोडीजोडीनं उभे राहिले. लायलॅक ही समारंभाची सूत्रधार असे. तिनं समारंभ सुरू करण्याचा इशारा करताच शांतता पसरली.

या साऱ्या धांदलीत कुणाच्याच लक्षात आलं नाही की, Violet एकाएकी अदृश्य झाली होती.

'आयरिस'ला एकाएकी कुणी त्याच्या कानात कुजबुजल्याचा भास झाला. तो व्हायोलेटचाच आवाज होता.

''सुखी हो. काही काळ का होईना, तू माझ्या आयुष्यात आल्याचा मला आनंद आहे. माझ्या दुःखाचं, वेदनेचं रूपांतर नव्या गाण्यात होईल. ती गाणी साऱ्या जगाला आनंद देणारी असतील आणि मी ती गात राहीन तुझ्यासाठी.''

◆

'ऑरपाइन' किंवा 'सशा कोबी'चं फूल (Orpine or Hare Cabbage)

दिवसरात्र गवतपाला चघळून आणि कंदमुळं खाऊन लांबकान्या सशाला आता कंटाळा आला होता. म्हणून हलकेच तो जवळच्या भाजीपाल्याच्या मळ्यात शिरला आणि तिथं नव्यानंच लावलेल्या रसरशीत भाजीपाल्याचा यथेच्छ आनंद घेऊ लागला. जेव्हा शेताचा मालक जवळून जाऊ लागला, तोपर्यंत त्यानं अर्ध्याअधिक भाज्यांचा समाचार अगोदरच घेतलेला होता हे पाहून शेतमालकाला नवल वाटलं.

मनपसंत भोजनानंतर जिभल्या चाटत बसलेल्या सशाला उद्देशून तो मालक म्हणाला, "लांबकान्या, जेव्हा मी भाजीपाला लावला तेव्हा तुला जमेस धरलं नव्हतं. तू जर कोवळी रोपटी आताच खाऊन टाकलीस तर कडक हिवाळ्याची तयारी मी कशी करावी? मला भाज्या त्या मोसमासाठी खारवून ठेवाव्या लागतील."

"पण भाज्या खारवून ठेवायची काय जरुरी आहे? कोबी तर कच्चाही छान लागतो." लांबकान्या खुषीत येऊन म्हणाला.

"ते तुला कसं सांगावं? हे पहा, तू जर उन्हाळ्यात इथं यायचं थांबवलंस तर खारवलेल्या भाज्या खाण्यासाठी मी तुला हिवाळ्यात भोजनाचं निमंत्रण देईन." लांबकान्याने ते कबूल केलं. उन्हाळा हा अखेर उन्हाळा. जेमतेम चार दिवसांचा. कुरणं कोवळ्या गवतानं बहरली आहेत. शिवाय, कंदमुळं खाऊनही आपण जगू शकतोच की!

जसा हिवाळा सुरू झाला तसा ससा हजर झाला आणि शेतमालकाचं दार ठोठावू लागला. त्यानं या पाहुण्याला थोड्या खारवलेल्या भाज्या खाऊ घातल्या. दुसऱ्या दिवशी पाहतो तर ससा पुन्हा हजर. शेतमालकानं विचार केला की, उन्हाळ्यात भाजीपाला सुखरूप ठेवून यानं आपल्यावर मेहेरबानीच नाही का केली? आता त्याला त्याचं बक्षीस द्यायला काय हरकत आहे? शिवाय हिवाळ्यात साचलेलं बर्फ दूर करून पोट भरणं या प्राण्याला किती अवघड जाईल. असू दे. शेतमालक दररोज सशाला चार घास भरवू लागला. जेव्हा नाताळचा सण जवळ आला, तेव्हा त्यानं पाहिलं की खारवलेल्या भाज्यांचा घडा रिकामा होत आला आहे

आणि नवं पीक येईपर्यंत अजून खूप अवकाश आहे.

अखेर नव्या पेरणीचे दिवस जवळ येऊन ठेपले, तसा शेतमालक सशाला उद्देशून म्हणाला,

"हे पहा, मित्रा, तुझी शेतं माझ्या शेतांपेक्षा मोठी आहेत. तू स्वत:च का कोबी व इतर भाजीपाला लावत नाहीस?"

लांबकान्या खट्टू होऊन म्हणाला,

"पण मी बियाणं कुठून मिळवायचं?"

"आगगाडीत बैस आणि शहरगावी जा. दरवर्षी तिथेच जात रहा. भाज्यांचं बी-बियाणं तिथंच मिळत." शेतमालकानं सल्ला दिला आणि त्याला वाटलं,

"हुश्श! सुटलो एकदाचा. याच्याकडे पैसे नाहीत, त्यामुळे गाडीचं तिकीट तो काढू शकणार नाही. त्याला पकडतील आणि ठेवतील बंद करून पिंजऱ्यात. आणि पिंजऱ्यात खायला देतील, तो पुन्हा खारवलेला कोबीच. पुन्हा हयातीत त्या कोबीचं नाव काढायचा नाही."

पण हा लांबकान्या मात्र काही एवढा खुळा नव्हता. तो स्टेशनपर्यंत उड्या मारत गेला. गाडीची वाट पाहत असताना त्यानं काही निरीक्षण केलं ते असं-

माणसं स्टेशनच्या इमारतीपर्यंत यायची, तिथून आत जायची आणि तिकीटं घेऊन बाहेर यायची. लांबकान्याही आत इमारतीत गेला तिकीट काढण्यासाठी.

"तुला रे कशाला तिकीट?"

"शहरगावी जायचं आहे."

"बिनतिकीट नाही का जाऊ शकत?"

"नाही ते शक्य नाही."

बिचारा लांबकान्या. तो विचार करू लागला. म्हणजे पुन्हा इतक्या दूर परत जायचं? म्हणजे बियाणंही नाही आणि शहरगावही नाही? त्याच्या छातीत एक जीवघेणी कळ उमटली. मागच्या वर्षी चुकून एक बंदुकीची गोळी लागली असता जसं जबर दुखू लागलं होतं तसाच त्रास होऊ लागला. एवढ्यात एका भयानक आवाजानं त्याला थांबवलं. बाप रे! कुत्री? आणि भीतीनं त्यानं शेपूट पोटाखाली दाबलं. तो जोरात उडी मारायच्या बेतात होता. पण थांबला. कुत्री दिसली नाहीत. मात्र 'चाकं लावलेली लहान लहान घरं' त्याच्या दिशेनं मागून धावत येत होती. ही घरं स्टेशनपर्यंत येऊन थांबायची आणि माणसांना घेऊन पुढं जायची. म्हणजे? हा शहरगावी जायचा मार्ग आहे तर! आपणही का जाऊ नये? कमीत कमी एक स्टेशन तरी?

लांबकान्यानं टुणकन उडी मारली आणि त्यानं या 'चालत्या घरात' प्रवेश केला.

अहाहा! काय शान होती बुवा त्या 'चालत्या घरात' बसून प्रवास करण्याची! असंच जर शहरगावापर्यंत जाता आलं तर काय मजा येईल! तो आपल्या आनंदात एवढा गुंग होऊन गेला की आपण एकच स्टेशन येईपर्यंत प्रवास करायचं ठरवलं होतं हे तो विसरूनही गेला. हे 'चालतं घर' झपाट्यानं पुढं सरकत होतं. एवढ्यात हे घर एक हिसका देऊन थांबलं. बहुधा पुढचं स्टेशन असावं. एका धक्क्यानं लांबकान्या बाहेर फेकला गेला, जणू बटाट्यानं भरलेलं एखादं पोतंच. 'घर' चालू लागलं तेव्हा त्यानं पुन्हा उडी मारून त्यात प्रवेश मिळवला.

अखेर गाडी शहरगावापर्यंत येऊन पोचली. तिथं लांबकान्यानं आपल्याला हवं असलेलं दुकान हुडकून काढलं. टुणकन उडी मारून त्यानं दुकानात प्रवेश केला आणि कोबीच्या बियाण्याची मागणी केली. पण दुकानदारानं सारं बियाणं विकून टाकलं होतं आणि आता तो दुकानाची झाडलोट करत होता.

"साहेबांना काय हवंय?" दुकानदारानं विनयानं विचारलं.

लांबकान्या फार लाजून, संकोचून बोलला,

"कोबीचं बियाणं."

"कोणत्या कोबीचं बियाणं हवंय साहेबांना? माझ्याकडे लाल कोबी आहे, पांढरा आहे, जांभळाही आहे. तो देऊ का तुम्हाला? उन्हाळ्यात पानं खाऊ शकता आणि देठ– मुळं हिवाळ्यासाठी राखून ठेवू शकता."

फारच हुशार दिसतो हा दुकानदार. सर्व तऱ्हेच्या कोबीचं नाव सांगत आहे– एका सर्वात चविष्ट प्रकाराचं नाव सोडून.

"तुमच्याकडे दुसरं काही नाही का?"

"अगदीच काही नाही."– विक्रेता म्हणाला.

"बरं, मला खरं तर खारवलेला कोबी हवा होता." उरलासुरला आत्मविश्वास गोळा करून ससा म्हणाला.

विक्रेता चकित झाला. किंचित करमणूकही झाली त्याची.

"ओ हो! तर खारवलेला कोबी हवा आहे साहेबांना. आम्ही आमच्या ग्राहकांना तो मोफत देतो." दुकानात राहिलेला खारवलेला कोबी त्यानं गोळा करून, एका कागदी पिशवीत घालून तो सशाला दिला.

"याची पेरणी कर. म्हणजे उन्हाळ्याच्या सुमाराला तुला तुझा आवडता कोबी खायला मिळेल." आनंदानं वेडा होऊन लांबकान्या घरी परतला.

जंगलाच्या एका कडेला एका वाफ्यात त्यानं कोबी लावला. पक्ष्यांवर कडक नजर ठेवू लागला. कीटक– मुंग्या यांच्यावर देखरेख करत राहिला, शेळ्यामेंढ्यांना हुसकावून लावत राहिला. सौभाग्यवतीनं कामात हातभार लावला. बालगोपाल दिवसातून दोनदा रोपांना पाणी घालत राहिले. जेव्हा तिहेरी आवरण असलेला कोबी

जमिनीतून वर येऊ लागला तेव्हा लांबकाने कुटुंबियांनी त्याची चव घेऊन बघायचं ठरवलं.

'व्वा! काय झकास कोबी फुलला आहे. तो आता खारवून ठेवायला हवा.'

मोरानं पिसारा फुलवून जसं मान उंचावून चालावं, तशा अभिमानानं इकडे–तिकडे उड्या मारत लांबकान्या नेमानं मित्रमंडळींना जेवणाचं निमंत्रण देऊ लागला. अर्थात याचं बियाणं आणण्यासाठी आपण 'चालत्या घरातून' थेट शहरगावापर्यंत कसे जाऊन आलो, तेही तिकीट न काढता याचं रसभरीत वर्णन मात्र कुणाला सांगायला तो विसरला नाही.

आणि तेव्हापासून आंबटशी चव असलेल्या या फुलाला नाव पडलं 'सशा कोबी.'

आणि त्याच वेळेपासून विनातिकीट प्रवास करणाऱ्या प्रवाशाला 'ससेभाऊ' हे बिरुद मिळालं.

◆

कर्दळीचं फूल
(Gladiolous)

रोमन सेनाधिकारी बारबागालो यांनी थ्रासियाच्या दोन सर्वात तरुण मुलांची– थिरेसस आणि सेवट्स यांची इतर कैद्यांमधून रोममधील सैनिकी प्रशिक्षणासाठी निवड केली. बाकी कैद्यांना त्यांनी सुळावर चढवलं.

मातृभूमीच्या आठवणीनं तळमळत, झुरत आणि गमावलेल्या स्वातंत्र्यासाठी खंतावत, गुलामगिरीच्या अपमानानं पिचून जाऊन त्यांनी देवाला एकच प्रार्थना केली. या जिण्यातून मुक्त करावं यासाठी. पण देवालाही त्यांची दया आली नाही. रोजचा नवा दिवस उगवायचा आणि त्यांना जाणवायचं, की आपण चांगले धडधाकट आहोत. हातात तलवारीवर पकड घट्ट करीत हल्ला आणि बचावाचं तंत्र आत्मसात करण्याचं ते शिक्षण घेऊ लागले.

"कुणास ठाऊक, देवाच्या मनात असेल, की एखादी विशेष कामगिरी आपल्यावर सोपवावी म्हणून.'' थिरेसन एक दिवस सेवट्सच्या कानात पुटपुटत म्हणाला,

"कदाचित त्यांची अपेक्षा असेल की, आपण आपल्या तलवारी परजून तयार ठेवाव्यात म्हणजे आपण आपल्या त्रस्त बांधवांच्या वतीनं त्यांच्या हालअपेष्टांचा सूड घेऊ शकू.''

सेवट्सचा सूर कडवट झाला आणि तो म्हणाला, "जर देव स्वतः आपल्या माणसांचं रक्षण करण्यास असमर्थ ठरले तर ते अशी अपेक्षा आपल्याकडून करू शकतील?''

"तर मग आपण स्वप्नदेवतेची प्रार्थना करून तिला सांगू की, तिनं आपलं भविष्य आपल्याला उघड करून सांगावं.'' थिरेससनं आपलं म्हणणं मांडलं आणि सेवट्सही तयार झाला.

सकाळ झाली, तेव्हा थिरेसस आपलं स्वप्न विशद करून सेवट्सला पडलं होतं. थिरेससला जे स्वप्न पडलं ते असं : त्यानं स्वतःला मैदानात प्रवेश करताना पाहिलं. त्यानं योद्ध्याचा पोषाख घातला होता. त्याच्यावर सेवट्सनं हल्ला केला. त्यांनी एकमेकांकडे पाहिलं– आश्चर्यचकित आणि निराश होऊन. एवढ्यात खेळ सुरू करावा म्हणून जमाव गोंगाट करू लागला. एकमेकांविरुद्ध तलवार उचलण्याचं धाडस दोघांमध्येही नव्हतं. एक सुंदर रोमन कन्या थिरेससजवळ गेली आणि म्हणाली,

"तू लढायला हवंस. जर तू विजयी झालास तर तुला केवळ स्वातंत्र्यच मिळेल असं नाही तर तू माझ्या प्रेमालाही पात्र ठरशील."

त्यानं तलवार उचलली मात्र, पण याच क्षणी खोल भूगर्भातून आवाज उमटला:

"थांब! तू आपल्या हृदयाची हाक ऐक."

"तू मला माझंच स्वप्न उलगडून सांगितलं आहेस." सेवट्स उद्गारला.

त्या दिवशी संध्याकाळी प्रशिक्षण वर्गाहून ते दोघे परतत असताना त्यांना दोन सुंदर रोमन तरुणी भेटल्या. त्या बार्बागालोच्या कन्या होत्या– ओक्ताविया आणि लिओकार्डिया. ओक्तावियाची आणि थिरेससची नजरानजर झाली. मात्र त्याला वाटलं काही विजेचा लोळ त्याच्या शरीरातून निघून त्याला जमिनीशी जखडून ठेवत आहे. तिच्या सुंदर चेहऱ्याकडे टक लावून पाहत तो नि:शब्द होऊन उभा राहिला. त्याला सेवट्सचंही भान राहिलं नाही, कारण तोही लिओकार्डियाच्या दर्शनानं जायबंद होऊन उभा राहिला होता.

प्रेम म्हणजे काही केवळ आंधळी शक्ती नव्हे. ते शहाणं आणि प्रसंगी धूर्तही असू शकतं. भेटीसाठी कारणं दोन्ही पक्ष हुडकत राहतातच. मग त्या उभयतांमध्ये अंतराची कितीही मोठी दरी असो– त्यांच्यापैकी एक मालक आणि दुसरा गुलाम असता तरीही बराच काळपर्यंत वडिलांना आपल्या मुलींच्या व या योद्ध्यांच्या गुप्त भेटीविषयी काहीच माहिती नव्हती. अखेर ओक्तावियानं एक दिवस आपलं थिरेससवर नि:सीम प्रेम असल्याची कबुली वडिलांजवळ दिली. तिच्या बहिणीनंही आपल्या प्रेमाविषयी सांगितलं.

मुलींचा हट्टी स्वभाव ठाऊक असल्यामुळे बार्बागालोनं त्यांना कुठं डांबूनही ठेवलं नाही किंवा त्यांच्यावर काही बंधनही लादलं नाही. याउलट त्यानं असं जाहीर केलं की, यापुढील बीरोच्या लढतीत थिरेसस्चा सामना सेव्टसशी होईल आणि विजेत्याला आपलं स्वातंत्र्य मिळेल. त्याच्या मनात अशी सुप्त आणि धूर्त आशा होती की, हे एवढे उत्तमरीत्या प्रशिक्षित तुल्यबळ योद्धे निकराचा लढा देतील, एकमेकांचा वध करायलाही मागेपुढे पाहणार नाहीत. उपस्थितांच्या डोळ्यांचं पारणं फिटेल या लढतीमुळे.

सुरुवाती सुरुवातीला त्याचा होरा खरा ठरत गेला. ओक्तावियानं थिरेससला प्रतिस्पर्ध्याहून अधिक चांगली तयारी करायला सांगितलं, म्हणजे त्याचा वरचष्मा राहील. तर हेच शब्द लिओकार्डिया सेवट्सला ऐकवत राहिली. दोन्ही बहिणींमध्ये आता शत्रुत्व निर्माण झालं. एक बहीण आपल्या सुखासाठी अधिक झगडत होती, तर एका बहिणीचं सुख दुसरीच्या दु:खाला कारण ठरू पाहत होतं आणि जर या तरुण योद्ध्यांच्या बाबतीत बोलायचं झालं तर आपल्या तलवारी घेऊन लढायचा असा काही सराव करीत होते की जणू त्यापैकी प्रत्येकाला दुसऱ्याच्या रक्ताची तहान

लागली होती.

लढतीचा दिवस येऊन ठेपला. त्या दिवशी प्रेक्षागार उपस्थित लोकांच्या संख्येमुळे संपूर्ण भरून गेले होते. बार्बागालो आपल्या दोन्ही कन्यांसहित प्रथम रांगेत बसले होते.

दोन्ही योद्धे रिंगणात उतरले. त्यांनी आपला थ्रॅशियन पेहराव केला होता. आपल्या तलवारींची चकाकती पाती उंच धरून म्हणू लागले,

''ज्यांचा अंत:काल समीप आला आहे, असे आम्ही दोघे योद्धे तुम्हाला अभिवादन करतो.''

ओक्तावियानं आपल्या नजरेनेच थिरेससला धीर दिला, तर लिओकार्डियानं सेवट्सच्या दिशेने हात हलवून त्याला थिरेससकडे खुणेने अंगठा खाली वाकवून सुचवलं की, शत्रूचा नि:पात व्हायला हवा.

दोन्ही योद्ध्यांनी आपल्या तलवारी उंचावून त्या एकमेकींना भिडविल्या. प्रेक्षकवर्ग भीतीनं थिजून गेला होता तर क्षणभर दोन्ही बहिणींच्या काळजाचा जणू ठोका चुकला.

थिरेसस आपल्या तलवारीचं अणकुचीदार पातं सेव्टसच्या छातीत खुपसणार एवढ्यात त्याला आपल्याच अंत:करणातून शब्द ऐकू आले.

''थ्रॅशियाच्या वीरा थिरेसस, जर तू तुझ्याच देशबांधवाचा वध केलास तर तू आपल्या मायभूमीला काय उत्तर देशील?''

सेवट्सलाही अगदी हेच शब्द ऐकू आले. दोघांनीही एकमेकांना आलिंगन दिलं.

''सुळावर चढवा दोघांनाही'' – संतप्त जमावातून आवाज ऐकू येऊ लागले.

ओक्ताविया उठून उभी राहिली आणि म्हणाली,

''तू आपल्या प्रेमासाठी तरी लढा दिलाच पाहिजेस.''

लिओकार्डियाही सेवट्सला वारंवार आपल्या शौर्याचं महत्त्व दाखवण्यासाठी उद्युक्त करीत होती.

थिरेससनं आपली तलवार पुढं सरसावली. सर्वत्र शांतता पसरली. अभिमानानं शीर उंचावून तो बोलू लागला.

''तुमचं युद्धबल आमच्यापेक्षा मोठं होतं म्हणून तुम्ही आम्हाला तुमचे गुलाम बनवलंत, पण तुम्ही आमच्यामध्ये वैर कधीच निर्माण करू शकणार नाही. तुम्ही आमचा वध करू शकता, पण आम्हाला पराभूत मात्र करू शकत नाही.''

असं म्हणत थिरेससनं आपली तलवार जमिनीत रोवली. त्यापाठोपाठ सेवट्सनं आपली तलवार जमिनीत रोवून उभी केली होती.

निर्दय जमावांच्या आशांवर पाणी पडलं होतं.

"मारून टाका त्यांना. डोकी उडवा त्यांची." अशी गर्जना करीत गर्दीतील माणसं पुढं सरकू लागली.

बार्बागालोनं आपल्या माणसांना इशारा करताच हे बलशाली योद्धे धरणीवर कोसळले. त्यांचे देह रिंगणातून उचलून नेले जात असता एक नवल घडलं–

ज्या दोन बिंदूंपाशी तलवारी रोवल्या गेल्या होत्या, तिथे एक एक नवीन अंकुर उगवला.

कालांतरानं त्यांची रोपं होऊन ती फुलारून आली. याच फुलांना नाव पडलं 'ग्लॅडिओलस' आपण या फुलांना 'कर्दळीचं फूल' म्हणून ओळखतो.

◆

सदासतेज सॅण्डी
(Sandy Everlasting)

झाडं, वेली, पानं, फुलं सारी कामात गुंतून गेली होती. सूर्यदेवाचं आगमन व्हायचं होतं. मोठ्या वार्षिक उत्सवाची तयारी केली जात होती आणि हा उत्सव पुढे कित्येक महिने चालायचा होता. अजून बऱ्याच गोष्टी ठरायच्या होत्या. पोषाख, सुगंध आणि सर्वात महत्त्वाचं म्हणजे कोणत्या फुलाला सम्राज्ञीपद द्यायचं, ते अजून ठरवायचं होतं; म्हणून या मंडळींना वाद– संवाद, प्रसंगी हलकीशी कुजबूज यातून निर्णय घ्यायचा होता. पॉपीच्या फुलानं जिप्सीचा पोषाख करायचं ठरवलं होतं. हा होता हलक्या नाजूक, जांभळ्या रंगातील. फुलवेलींवरील फुलांनी नववधूचा पेहराव करणं पसंत केलं– रुपेरी रंगाचा घुंगट धारण करून. अक्रोडाच्या वृक्षानं ठरवलं की, आपण खूप मेणबत्त्या फांद्यावर धारण करून उभं राहायचं, तर डेझीच्या फुलांनी ठरवलं की आपल्या पाकळ्या अशा रीतीनं एकत्र आणायच्या, की सम– विषम संख्येत त्यांचे गुच्छ करता यावेत. तिनं आपल्याकडे ज्योतिषी होण्याचं काम घेतलं होतं आणि तिच्याकडं चक्क काही माणसंही सल्ल्यासाठी यायची होती. याशिवाय काही खेळांचंही आयोजन केलं जात होतं– काही आश्चर्यकारक अनुभव, विविध रंग, काही चुटके, यांचा समावेश करून. हे होतं मौजमजेची उधळण करण्यासाठी. इतकंच काय, पण काटेरी, ओबडधोबड कुंपणाजवळ बाजेच्या दूर एका कोपऱ्यात उभं राहून कामात गुंतलं होतं. आपल्या हिरव्या गणवेषाला राखी रंगाची बटणं लावायची होती.

पक्ष्यांनी आपला वाद्यवृंद सुसज्ज ठेवला होता. रात्रंदिवस कार्यक्रम चालू ठेवायचे होते. साळुंकी, कोकिळा आणि पोपट यांच्याकडे शीळ घालण्याचं काम दिलेलं होतं. हे दिवसभरातील काम आणि नाईटिंगेलसारख्या मंजुळ आवाजाच्या पक्ष्यांकडे रात्री सर्वत्र जाग ठेवण्याची कामगिरी दिलेली होती. मधमाश्या, फुलपाखरे इ. मंडळी नृत्य व इतर मनोरंजक कार्यक्रमांसहित पाहुण्यांच्या तैनातीत दाखल झाली होती.

या साऱ्या 'कलाकारांमध्ये' बागेतील असा एक रहिवासी होता की जो या उत्सवाच्या तयारीत सामील झाला नव्हता. स्वत:साठी कोणताही कल्पक– पोषाख

त्यानं ठरवून ठेवला नव्हता किंवा वाद्यवृंदामध्ये आपली कला दाखवण्यासाठीही तो जाणार नव्हता. हे होतं चिरतरुण, सदासतेज सॅण्डीचं फूल. या उलट त्याची तक्रार अशी होती की, या सर्व गडद रंगांचा त्याच्या डोळ्यांना त्रास होत होता आणि पक्ष्यांच्या गोंगाटामुळे त्याला रात्रभर झोप येत नव्हती.

त्यानं अतिशय रूक्ष आवाजात म्हटलं, ''माझं तर मत असं आहे, की असे पारंपरिक उत्सव म्हणजे केवळ उधळपट्टी आहे. तसे हिशेबही मी ठेवले आहेत आणि मला असं सांगायचं आहे की, या खर्चाचं मोजमाप करून त्याची गणती पौष्टिक खाद्यपदार्थात केली, तर...'' ''आम्ही तुझ्यासाठी सेंद्रिय खतांनी भरलेली एक गाडी पाठवू शकतो'', क्रुद्ध होऊन जंगली गुलाबानं टोमणा मारला.

''मी गंभीरपणानं बोलत आहे. तुमच्या पोरकट थट्टेविषयी मला काही म्हणायचं नाही. माझं ऐका, हे रंगीबेरंगी पोषाख दूर ठेवा, पक्ष्यांना सुट्टी द्या आणि माझे चार मोलाचे शब्द ऐकण्यासाठी एकत्र या.

आता पॉपीचं फूल पुढं झालं.

''खरंच? हे मोलाचे शब्द तू सांगणार तरी कशाबद्दल आहेस?''

''अशा जल्लोषाचे जे दुष्परिणाम होतात, त्यांच्यावर मी वैद्यकीय शिक्कामोर्तब करू इच्छितो.''

''हाः हाः हाः! होः होः होः''– सॅण्डीच्या या बोलण्यावर एकच हशा पिकला. ''आता तुझा उपदेश थांबव, नाही तर हसून हसून आमच्या साऱ्या पाकळ्या झडून जातील.''

''ते जाऊ दे. तुम्ही माझं बोलणं ऐकण्याच्या मनःस्थितीत नसाल, तर इतर काही वास्तव समस्यांवर आपण बोलू. हिवाळ्याची पूर्वतयारी योग्य वेळीच कशी करावी, याविषयी मी तुम्हाला चार शब्द सांगू इच्छितो.''

''बस्स, बस्स. पुरे कर. आता कुठे उन्हाळ्याला सुरुवात होते आहे आणि तुला त्या हिवाळ्याची आठवण का व्हावी?'' डेलियाचं फूल आवाज चढवून म्हणालं.

''या मित्रांनो, हा आपला उत्सव आहे. पक्ष्यांनो, जरा वरच्या पट्टीतील सूर धरला म्हणजे या वृद्धाची कुरकूर त्यालाच ऐकू येणार नाही.''

अशी सक्ती झाल्यावर गप्प बसणं सॅण्डीला भाग पडलं. त्याच्या मनानं चिंतनास सुरुवात केली. आपला आबही राखला जाईल आणि त्यानं आपलं भलंही होईल, यासाठी काय करायला हवं? आता लग्नाचं आपलं वय झालं...

पण करायचं तर निवड कोणाची करावी, हा प्रश्न आहे. पॉपी अर्थातच फार चढेल होती आणि 'जंगली गुलाब' फारच टिंगलथट्टा करणारा होता. उंची, ऐषआरामाची राहणी असणारे पुष्पराज... त्यांच्याविषयी तर विचारच करणं शक्य नाही, कारण त्या सुवासावरच एवढा खर्च करतात की खाण्यापिण्याचा खर्च आणि

तो खर्च बरोबर तेवढाच होऊन जाईल.

प्रत्येक 'वधू'च्या उण्या-अधिक बाबतींवर त्याच्या मनात विचार चालू असता त्याचं लक्ष बागेच्या मध्यभागी उभ्या असलेल्या सफरचंदाच्या वृक्षाकडे गेलं. ही 'वधू' गंभीर आणि विचारमग्न दिसत होती.

"हा: ! मला असं वाटतं, की हीच वधू माझ्यासाठी सर्वात लायक आहे. तिला खरंच या चैनी पोषाखात आणि टोप्यांमध्ये रस दिसत नाही. बहुधा उद्यासाठी बचत करत असावी. या वर्षी हवापाणी अनुकूल असलं, तर ती बाजारात चांगल्या फळांनी भरलेली गाडी घेऊन जाईल." सॅण्डीचं फूल मनोरथात दंग होऊन गेलं.

आणि एका छानशा दिवशी सदासतेज सॅण्डीच्या फुलानं सफरचंदाच्या वृक्षाला विवाहाचा प्रस्ताव देण्याची तयारी केली. फुलांनी आपलं हसू रोखून धरलं. त्यांची अशी अपेक्षा होती, की 'कन्ये'नं नकार देताच त्यांच्या कळ्या हसून हसूनच उमलून जातील, पण एका क्षणभराच्या विचारानंतर 'कन्या' जेव्हा चक्क 'हो' म्हणाली, तेव्हा त्यांना काय आश्चर्य वाटलं म्हणता! त्यांना कुठं माहीत होतं, की तिचं ज्याच्यावर प्रेम होतं, त्या प्रियकरानं दुसऱ्या कुणा फुलाबरोबर अनुनय करताना तिनं पाहिलं होतं. त्याला चांगला धडा शिकवायला हवा होता आणि म्हणूनच तिनं सॅण्डीला होकार दिला होता.

लग्नाचा दिवस उजाडला. सफरचंदाच्या वृक्षानं नववधूचा पोषाख धारण केला. गुलाबी बुरख्यामध्ये तिनं आपला चेहरा झाकून घेतला. तिच्या सौंदर्यानं दिपून जाऊन चेरीच्या वृक्षाला पश्चात्ताप झाला. आपला चंचलपणा आणि असफल प्रेम यांचा विचार करत असता त्याच्या डोळ्यांतून अश्रू गळू लागले.

लग्नाचा समारंभ सुरू होण्यापूर्वी नवरदेव वधूला भेटण्यासाठी गेले. तिला बिचारीला अपेक्षा होती, चार कौतुकाचे शब्द कानावर पडतील.- "व्वा! काय सुंदर दिसतेस तू." पण त्यानं साधं अभिवादनही केलं नाही. याउलट त्यानं आपल्या खिशातून एक कागद काढला, लेखणी घेतली आणि म्हणालं, "आपल्या दोघांमध्ये सर्व बाबतीत साऱ्या गोष्टी सरळ मार्गानं आणि व्यवहारानं व्हाव्यात यासाठी मी आपल्या लग्नाचा करार करू इच्छितो. आता मला सांग, यावर्षीच्या हंगामात तू किती फळं देऊ शकतेस आणि पुढील दहा वर्षांत किती देऊ शकशील?"

"पण हे मी कसं सांगू शकते?" वधू हताश होऊन म्हणाली, "वादळं असू शकतात, तशीच संकटंही..."

"म्हणूनच. जेव्हा हे करारात शाईनं नमूद केलं जाईल, तेव्हा तुझी बर्फाची वादळं, संकटं, कीटाणु यांच्याशी मला काही कर्तव्य नाही. एकदा शब्द दिला, की त्याचं बंधन आलं. त्याचा मान राखायलाच हवा."

"ठीक तर"- वधूनं संतापानं त्याला उत्तर देत म्हटलं, "तू भलेही असशील

सदासतेज सॅण्डीचं फूल. इतक्या निर्दय आणि वाळूसारख्या रुक्ष असलेल्या माणसाशी लग्न करण्यापेक्षा मी अविवाहित राहणं पसंत करीन.''

असं बोलून ती आपल्या जुन्या प्रियकराकडे वळली. तिचं उत्तर ऐकून पक्ष्यांनी टाळ्यांचा जो गजर केला, त्यात चेरीचा वृक्षही सामील झाला.

पक्ष्यांनी मंगलगीतं गाण्यास सुरुवात केली. ''आमचा महोत्सव चिरायु होवो. आनंदी जीव अधिक आनंदित होवोत. जो रुक्ष आहे, तो तसाच राहो.''

हा आनंदोत्सव तसाच पुढं चालू राहिला. सदासतेज सॅण्डीच्या फुलाची दखलही न घेता, जणु ते कधी अस्तित्वातही नव्हतं.

◆

डुकराचा कान
(Pig's Ear)

एक जगावेगळं फूल आहे. तुम्हाला कदाचित माहीत असेल. दाट कुरणांमध्ये किंवा जंगलात ते उगवतं. या फुलाला असते फक्त एकच पाकळी. लांबट, गोल प्याला असावा तशी किंवा एखादी घट्ट बांधून ठेवलेली सुती कापडाची गाठ असते तशी. नाहीतर छोट्या मुलाच्या मुठीच्या आकाराची ही पाकळी असते, असं म्हटलंत तरी चालेल.

शहरातील माणसं या फुलाला म्हणतात– 'डुकराचा कान', तर गावाकडची मंडळी लहान कुंड्यांमध्ये किंवा एखाद्या फुलदाणीतही हे फूल वाढवतात आणि त्याला म्हणतात. 'कॅला लिली.'

आज मी तुम्हाला या फुलाची कहाणी सांगणार आहे. जशी माझ्या आजोबांनी मला सांगितली, तशी.

कुण्या एके काळी एका लहानशा गावात एक लहानसा मुलगा राहायचा. त्याचं नाव जानिस. गोरा, गुबगुबीत होता. सदैव आनंदी असायचा. आईच्या कुशीत विसावलेली आणि सूर्यकिरणांच्या ऊबेत दडलेली मुलं जशी असतात ना तसाच. त्याची आई जर आणखी काही दिवस जगली असती तर जानिस एक सुखी मुलगा झाला असता, पण त्याच्या बालवयातच त्याची आई जग सोडून गेली आणि जग मोठं निर्दय बनलं. वडिलांनी दुसरं लग्न केलं आणि जानिसला सावत्र आई आणली. फार दुष्ट स्वभावाची स्त्री होती ती. तिच्या उग्र, हिरव्या डोळ्यांची त्याला फार भीती वाटायची. असं वाटायचं की जणू तिनं आपलं हृदय नऊ– दहा कड्याकुलुपांत बंद करून ठेवलं आहे. म्हणजे प्रेमाचा एखादा शब्दही त्यातून चुकून बाहेर पडू नये. जानिसला माहीत होते, ते फक्त तिचे कटू शब्द, राग– राग आणि संताप.

जेव्हा जानिसची नवी आई लग्न होऊन घरात आली, तेव्हा तिनं आपला 'हुंडा' म्हणून डुकरांचा जथा बरोबर आणला. पांढरी, काळी आणि सर्वरंगमिश्रित डुकरं. वर्षाचा कोणताही काळ असो, त्याला या डुकरांच्या मागे मागे राहून त्यांच्यावर देखरेख करावी लागे. कडक उन्हाळ्याचे दिवस असले की डुकरं कुरणाच्या कडेला यायची आणि एका भल्या मोठ्या ढोलीवजा जागेत विसावा घेत राहायची.

कुरणाच्या एका बाजूला बटाट्याचं शेत होतं. बटाट्यांचा चांगला वास यायचा

आणि ही डुकरं चोरून हे बटाटे खात राहायची. जानिस बिचारा जवळपास चिखलात उभा राहून त्यांच्या तावडीतून वाचलेले बटाटे पुन: शेतात नेऊन ठेवायचा. घरी आला की स्वच्छ स्नानासाठी त्याची सावत्र आई गरम पाणीही देत नसे.

जानिसचा मित्रपरिवार खूप मोठा होता, पण आता या डुकरांच्या गर्दीमुळे हे मित्र त्याच्याकडे यायला बुजत असत. त्यांचे गमतीचे खेळ तो दुरूनच पाहत राहायचा आणि आपल्याशीच शीळ घालत राहायचा. एक दिवस तो असाच आपल्या तंद्रीत हरवून बसलेला असता त्यानं पाहिलं की, एक डुकरीण त्या ढोलीवजा जागेतून पलीकडे घाण सारत होती आणि काही खाणं मिळेल, म्हणून बटाट्याच्या शेतातून भटकत होती. त्याच्या सावत्र भावंडांनी हे पाहिलं, आणि जानिसला सावध करण्याऐवजी ती आईकडे चहाडी सांगत धावत गेली. आई परतली ती हातात चाबूक घेऊनच. चाबकानं जानिसला सपासप फटके देऊ लागली. जानिस बिचारा धावत सुटला, पण एका ठिकाणी चिखलात पाय घसरून पडला. तेवढ्यात त्याच्या सावत्र आईनं पुन: त्याला गाठलं आणि पुन: चाबकानं मारण्यास सुरुवात केली. बिचारा! त्याला माराचं एवढं दु:खं नव्हतं, एवढं आपल्या बरोबरीच्या मुलांनी केलेल्या टिंगलटवाळीचं. ज्या डुकरिणीचा तो पाठलाग करत होता ती आणि तो स्वत: दोघेही काळे झाले होते. फक्त त्याचा एक गोरा कानच तेवढा अजून पांढुरका दिसत होता.

"ऍऽहॅ! डुकराचा कान, डुकराचा कान" मुलं उड्या मारत मागून धावत, त्याला चिडवत म्हणू लागली.

हे नाव चिखलाच्या शिंतोड्याहून अधिक जलदीनं त्याला येऊन चिकटलं. आजवर जानिसला कोणतंही टोपणनाव नव्हतं, ते आता मिळालं. एरव्ही त्याचे वडील सावत्र आईचं लक्ष चुकवून त्याला जवळ घेत असत. आता तेच त्याचा कान पकडून म्हणू लागले–

"हूं! डुकराचा कान! किती शरमेची वेळ आणलीस तू माझ्यावर!"

कडक उन्हाळ्याचे दिवस होते. गवत सारं जळून गेलं होतं. धान्य सारं करपून गेलं होतं. डुकरांना माशा–चिलटं यांनी बेजार केलं होतं आणि आता शांतपणे विसावून लोळावं, असं कोणतंच ठिकाण उरलं नव्हतं. ओसाड कुरणांमधून ही डुकरं भरकटत राहायची आणि नंतर जवळच्या जंगलात निघून जायची. तिथं एक छोटंसं तळं होतं. शेवाळ्यानं भरलेलं. अगदीच कुठं नाही, तर इथं जेमतेम गारवा अनुभवायला मिळायचा.

उन्हाळा होताच. त्यात दुष्काळ पडला. हेही तळं आटून गेलं आणि तळ्यात केवळ एक दुष्ट, जहरी डोळा वाटावा, एवढाच दर्शनी भाग उरला. प्राण्यांना तर नाहीच, पण पक्ष्यांनाही थेंबभर पाणी मिळेनासं झालं.

एक दिवस काय झालं, एक छोटसं डुकराचं पिल्लू उकाडा व तहान असह्य

होऊन या तळ्यापाशी आलं आणि तिथे इकडे– तिकडे डोकावून पाहू लागलं. तिथं होता चिखल आणि दलदल. नकळत त्याचा पाय तिथं रुतून बसला व ते खोल, खोल आतवर जाऊ लागलं. जानिस बिचारा घाबरून गेला व धावत धावत घरी जाऊन त्यानं आपल्या आईला हे सांगितलं. तिनं त्याचं काहीएक ऐकून न घेता त्यालाच कानाला धरून खेचत तळ्यापाशी आणलं आणि म्हणाली–

"आता या क्षणी या पिल्लाला बाहेर काढ."

भयभीत अवस्थेत जानिसनं त्या डबक्यात पाय ठेवला. आता त्या पिलाचा फक्त एक पांढुरका कान वरती दिसत होता. जानिसनं तो पकडला खरा, पण त्याचाही तोल गेला व तो चिखलात आत खोलवर जाऊ लागला.

"मर एकदाचा हीच जागा तुला योग्य आहे." सावत्र आई दुष्टाव्यानं पुटपुटत म्हणाली. तिनं त्याला वर नाही खेचलं.

डबकं काही दिवसांनी पूर्ण सुकून गेलं. पण त्याच्या कडेला एक छोटसं पांढरं फूल उमललेलं लोकांनी पाहिलं. आकारानं त्याची पाकळी होती डुकराच्या कानासारखी; पण वरचा भाग होता लहान मुलाच्या हाताच्या मुठीसारखा.

त्या फुलांकडे पाहून मुलं एकमेकांना दाखवत राहायची.

"तो पहा डुकराचा कान, डुकराचा कान."

आणि हेच नाव त्या फुलालाही मिळून गेलं–

"डुकराचा कान".

◆

बलझाम
(Balsam)

रोटा ही मदाराची मुलगी होती आणि मदारा होती एका शेतकऱ्याची पत्नी. रोटा हा तिचा अभिमान होता, आनंद होता. काय मुलगी होती म्हणून सांगावं! सुंदर आणि कामसू. आनंदी आणि मनमिळाऊ. तांबडं फुटताच सकाळी उठायची आणि घरापासून तीन–एक मैल लांब असलेल्या जमीनदाराच्या शेतावर काम करायला जायची. दिवसभराचं काम संपलं की लगबगीनं घरी परतायची. ओठावर गाणं खेळवत. संध्याकाळी घरकामात आईला मदत करायची. हे काही तिला कठीण वाटायचं नाही.

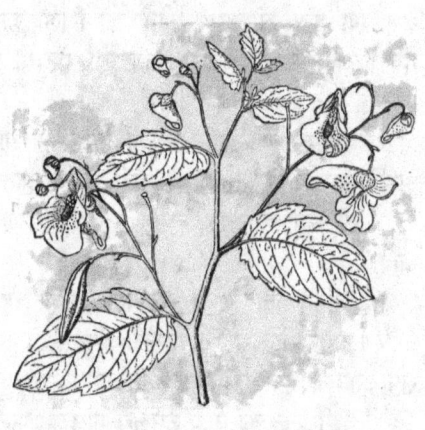

याशिवाय तिची आपली अशी एक फुलबागही होती. छोट्याशा तिच्या झोपडीला लागून असलेली. छान सजवली होती तिनं. बागेचा माळी स्वत: येत असे तिचं कौतुक करण्यासाठी. घरमालकानं वेगवेगळी रोपं आणि बिया जर्मनीहून आणल्या होत्या तरीही रोटाच्या बागेसारखी दौलत त्याच्याकडे नव्हती. एक दिवस धाडस करून त्यानं रोटाला विचारलंच,

"काय ग, जर फार मोठं गुपित नसलं तर सांगशील, हे एवढं धन तू आणतेस कुठून?"

"पक्षी आणून देतात." तिनं हसून सांगितलं आणि ते खरंच होतं. "वेगवेगळ्या देशांतून हे पक्षी तिला बिया आणून देत असत."

व्हायचं असं की ससाणे आणि साळुंक्या उबदार हवेच्या अपेक्षेने फारच लवकर यायच्या. रोटा त्यांना उचलून घ्यायची आणि परडीत ठेवून द्यायची. घरात घेऊन यायची, चोचीत चारा भरवायची आणि वादळं शमून जाईपर्यंत ऊब द्यायची. यानंतर ती त्यांना मुक्त करीत असे.

"आम्ही तुझे आभार कसे मानायचे?" असं पक्ष्यांनी विचारताच ती हसून म्हणत असे–

"दूर दूर देशीच्या फुलांची बीजं आणा माझ्यासाठी."

पक्षीही आठवण ठेवून ज्या ज्या देशात हिवाळ्यात त्यांचा मुक्काम असायचा

तिथून तिथून नवनवीन फुलांची बीजं घेऊन यायचे.

अन् रोटा शेजारील स्त्रियांना आनंदानं आपला खजिना वाटत असे. याला बीज दे. त्याला रोप दे असं करत आणि जितकं अधिक ती द्यायची तितकी अधिक संपन्न तिची बाग होत असे.

पण एक स्त्री अशी होती की जिला याचना केली तरी रोटाकडून एकही रोप किंवा बीज मिळायचं नाही. ती रोटाची शेजारीणच होती. तिचं नाव होतं कीर्स्ती.

एकदा रोटाच्या आईनं रागावून विचारलं, "आपल्या सर्वात जवळच्या शेजारणीशीच असं कठोर भावानं वागायचं काही कारण आहे?"

"ती सर्पसमान स्त्री आहे. तिला माझ्याकडून एकही बीज कधी मिळायचं नाही."

हे खरंच होतं. बऱ्याच लोकांना माहिती होती, त्याहूनही अधिक खरं. तिच्या वक्षस्थळावर सात सर्प लपेटलेले असत. ती त्यांना स्तनपान करवत असे. पहिला सर्प आपली भूक भागल्यावर तिच्या कानात फुसफुसत विचारत असे,

"तुझी फुलं का नाही उमलत रोटाच्या फुलांसारखी? काही खास कारण आहे का?"

हे ऐकताच तिचा जळफळाट होत असे. इतका की रोटाच्या बागेला जर उंच कुंपण नसतं तर तिनं संतापानं त्या बागेचा चेंदामेंदा केला असता.

दुसरा सर्प म्हणायचा,

"तुझी फुलं जर अशी उमलली तर बाजारात जाऊन तू ती विकू शकशील. अहाहा! किती पैसे मिळतील!"

"पैसा पैसा. एवढा पैसा मिळवायचा कसा?" कीर्स्ती आपला मेंदू शिणवत राही, पण काही उत्तर नाही मिळायचं.

कुणी प्रवासी दारात भाकरी मागायला आला तर तिसरा सर्प फर्मान सोडत असे–

"अजिबात काही देऊ नको त्याला. तो जगला, मेला तर तुला त्याच्याशी काय करायचं?"

आणि याचक तसाच परत फिरायचा. रिक्त हस्तानं पुढं व्हायचा, दुसरीकडे काही मागायला जाण्यासाठी. कीर्स्ती कुण्या नातेवाईकाकडे जेवणाच्या वेळेस गेली तर चौथा सर्प फुसफुसत असे–

"खा. खा. पोटभर खाऊन घे. त्यांचं अन्न खा आणि स्वत:चं वाचव."

आणि कीर्स्ती पोटात अन्नाचे घास कोंबत राही, कोंबत राही. अगदी त्याचा अतिरेक होईपर्यंत.

पाचव्या सर्पाचा सल्ला असा असायचा :

"काही काम करू नकोस तू. का म्हणून तू काम करावंस? तू आराम कर आणि तुझ्या वाटणीचं काम तुझ्या आईला करू दे. तुझा बिछाना किती छान आणि मऊ मऊ आहे."

आणि ती बिछान्यात पडून राही. सहावा सर्प तिच्या ओठांवरून जीभ फिरवत फुसफुसत राहायचा,

"शेजारच्या घरात नुसतं प्रेम आणि मायाळूपणा यांचं आगर आहे. उठ, जा कान फूंक त्यांचे काहीतरी सांगून."

यानंतर ती उठून आपल्या शेजारणीकडे– बाबिनाकडे जायची. बाबिना होती एक मूर्ख आणि वाचाळ बाई.

"तुला काय वाटतं, काल रात्री मी पाहिलं आपल्या शेजारणीचा नवरा काल रात्री रोटाच्या खिडकीवर चढला होता."

बस्सं! एवढं निमित्त बाबिनाला पुरेसं होतं कलागती लावायला. ही चहाडी–चुगली करत करतच ती या घरातून त्या घरात जात राही.

सातवा सर्प मात्र सर्वात घातक होता. त्यानं दुष्टाव्यानं तिच्या कानात फुत्कारत म्हटलं,

"विष, लोकांच्या आयुष्यात विष कालवायला हवंस. असं काहीतरी कर की त्यांची शांती हरवून जाईल. रात्रीही आणि दिवसाही."

कीर्स्तानं काही विकृत स्वरूपाचा बेत आखला. तिनं कुत्र्याला बांधून ठेवलं आणि त्याचं अन्न त्याच्यापासून खूप दूर ठेवले. बिचारं जनावर. दिवसभर तो कुत्रा भुंकत राहिला– भुकेसाठी निराशेनं आकांत करीत. जेव्हा रात्र झाली तेव्हा तो एवढ्या जोरात किंचाळू लागला की सारं गाव अस्वस्थ होऊन जागं राहिलं.

असं असलं तरी रोटा आपलं आयुष्य सुखानं व्यतीत करू शकली असती. लग्न केलं असतं, मुलांचं संगोपन केलं असतं. पण हा काळ होता चेटूक विद्येचा. त्याचा प्रसार एखाद्या साथीच्या तापासारखा झाला. पश्चिमेकडून पूर्वेकडे साऱ्या पृथ्वीतलावर फैलावला.

ज्या खेड्यात रोटा आणि तिची आई राहायची त्या खेड्यावर कारभार करणारी काही मातब्बर मंडळी होती. त्यांना त्यांच्या वरिष्ठांकडून एक बंद लखोटा मिळाला. त्या गावात आणि आसपासच्या भागात किती चेटकिणी आजवर राहत असत, त्यांच्याविषयी माहिती द्यावी अशी मागणी करणारं पत्र त्यात होतं.

गावातील पंच मंडळी मोठी बुचकळ्यात पडली. हातात झाडू घेऊन चंद्रावर दरोडा घालायला निघालेली अशी चेटकीण कुणाच्या पाहण्यात तरी नव्हती

किंवा एखादी गाय वा लहान मूल यांच्यावर कोणी दुष्ट नजर ठेवल्याचंही आढळत नव्हतं. पण हुकूम हा अखेर हुकूम आहे आणि चेटकीण ही हुडकून काढायलाच हवी होती.

म्हणून त्यांनी जो कोणी अशा चेटकिणीला हुडकून देईल तिच्यासाठी एक जंगी पारितोषिक जाहीर केलं.

तत्क्षणी सातही सर्प कीर्स्तीच्या कानात कुजबुजू लागले.

"आता रोटाचा तिच्या गर्विष्ठपणासाठी सूड घेण्याची चांगली संधी आहे. या पंच मंडळींकडे जा आणि सांग शपथेवर की ती एक चेटकीण आहे. म्हणजे सूडाची तुझी इच्छाही सफल होईल आणि तुला पारितोषिकही मिळेल."

कीर्स्तीला ही गोष्ट दुसऱ्यांदा कुणी सांगायची जरूरी नव्हती. आपल्या थकलेल्या पायांनी जितक्या त्वरेनं पंचायतीपर्यंत जाता येईल अशी ती जाऊन पोहोचली आणि आपली सर्व बुद्धी, शक्ती पणाला लावून तिनं रोटाची यथेच्छ बदनामी केली.

"रोटाची फुलं इतक्या अलौकिकरीत्या फुलतात तरी कशी?"

"चेटूक. नुसतं नाटक."

"पक्षी का म्हणून तिच्या सेवेसाठी हजर होतात?"

"अर्थातच चेटुकविद्येच्या प्रभावानं."

"दिवसभर का म्हणून रोटा गाणी गात असते?"

"चेटकिणीचा आनंद. दुसरं काय?"

पंचमंडळी खूष झाली. त्यांना चेटकीण सापडली होती. गावकऱ्यांनी त्यांचं मन वळवण्यासाठी खूप प्रयत्न केले, विनवणीही केली, पण परिणाम शून्य. त्यांच्या लेखी एकच साक्षीदार होता. कीर्स्ती, जिला रोटा सर्पासमान मानायची.

रोटाला जिवंत जाळलं गेलं. पंच मंडळींनी आपल्या वरिष्ठांना निरोप धाडला की, आता कायदा आणि सुव्यवस्था यांचं राज्य गावात त्यांनी आणलं होतं.

जसा वसंत ऋतू दाखल झाला तसे वेगवेगळ्या देशांतून पक्षीही येऊन पोहोचले. ते मदाराचं दार ठोठावू लागले. त्यांनी रोटासाठी फुलांची बीजं आणली होती आणि नेहमी जसा हा नजराणा स्वीकारायला स्वत: रोटा यायची त्याऐवजी एक थकलेली वृद्धा पाहून त्यांना आश्चर्य वाटलं.

मदारानं ही बीजं कुंडीमध्ये लावली. त्यातून एक रोपटं उगवलं आणि रोपट्याला फुलं आली– लालसर आणि गुलाबी रंगाची. ती फुलं पाहिली आणि मदारा म्हणाली,

"अगदी माझ्या मुलीच्या चेहऱ्यासारखं हे फूल आहे."

"सुंदर फुलांनो, तुम्ही माझ्या दुखऱ्या हृदयावर फुंकर घालणारं जणू मलमच आहात.''

मदारानं, या फुलांची मंजिरी, जे जे तिच्या दुःखात सहभागी झाले, त्या सर्वांमध्ये वाटली. लवकरच घराघराच्या खिडक्यांवर ही फुलं शोभेनं डोलू लागली. 'बलझाम'ची फुलं.

♦

रक्तरंजित हृदय
(Bleeding Heart)

कुण्या एकेकाळी या पृथ्वीतलावर एक दुःखी माणूस राहायचा. फार दुःखी होता बिचारा आणि एकाकीही. आईवडील तर त्याला आठवतही नव्हते आणि भाऊबहीण त्याला कुणीही नव्हते. शिवाय, कुणी आपला म्हणावं किंवा यानं कुणाला आपलं म्हणावं असं उभ्या जगात कुणी नव्हतं. 'मित्र' हा शब्द तरी त्याला ठाऊक होता की नाही कुणास ठाऊक! कधीतरी पुस्तक वाचताना त्याला समजलं होतं की, 'प्रेम' नावाची काही संज्ञा अस्तित्वात आहे. तिची हृदयावर हळुवार फुंकर होत राहते किंवा कधी हे प्रेम अग्निज्वालेप्रमाणे भडकूही शकतं. हे प्रेम तुम्हाला अत्युच्च स्वर्गसुखाचा आनंदही देऊ शकतं किंवा सप्तपाताळातही लोटून देऊ शकतं. तरीही हा जीव इतका एकाकी आणि उदास होता की त्याला खात्री पटली

होती की त्याच्या मनाला यापैकी कशाचाच अनुभव नव्हता– प्रेमाच्या शीतलतेचाही नाही आणि त्याच्या दाहकतेचाही नाही. कारण त्याचं हृदय कमकुवत होतं. पाठीला कुबड आलेलं होतं. चेहरा इतका कुरूप होता की आरशात आपलंच प्रतिबिंब पाहिलं तरी त्याच्या पाठीतून कळ उठत असे. आणि जेव्हा जगामध्ये देखण्या तरुणांची कमतरता नव्हती तेव्हा याच्यावरकुणी प्रेम तरी का करावं? या दुखऱ्या हृदयानं कधी कुठल्या स्त्रीवर तो प्रेम करू शकला असता का? कारण त्या हृदयाला माहीत होता तो केवळ तिरस्कार आणि घृणा आणि कटुता तर त्याच्या शब्दाशब्दातून ओसंडत राही. त्याचे पिचपिचे अर्धवट मिटलेले डोळे... त्यांनी कधी सूर्योदयाचं शांत तेजही पाहिलं नव्हतं किंवा रुपेरी चंद्रकिरणांचा गारवाही. नजर कायम झुकलेली आणि तिला दिसायचं काय, तर रस्त्यांवरील मलिनता किंवा अस्वच्छ पाण्याचे ओहोळ. फुलांचा मोहक सुवास त्याला कधी भावला नाही, कारण माहीत होता तो कोंदट, कुबट दर्प. त्यामुळेच या जगाविषयी त्याचं काही चांगलं मत नव्हतं. आपण इथलेच आहोत असं वाटून तो तुच्छतेनं इकडे तिकडे पाहत राही.

एक दिवस काय झालं, त्याच्या दृष्टीला पडली 'गुलाब' सम्राज्ञी. ती बागेतील गारव्याचा आनंद घेण्यासाठी आली असता ती जशी चालत राहिली, तशी माणसं थांबून तिला अभिवादन करत राहिली. पण हा कुबडा माणूस मात्र आपल्याच जागी

निर्विकारपणानं उभा राहिला. डोळ्यांवर विश्वास बसत नव्हता, डोळ्यांची उघडझाप होत राहिली. आश्चर्य असं वाटत होतं, की विधात्याला एवढं सुंदर शिल्प निर्माण करता येतं? ते रसरशीत गाल, अक्रोडाच्या रंगाशी साम्य दाखवणारे डोळे आणि लालचुटुक ओठ... तो कमनीय बांधा जसा हिरव्या रंगाच्या रेशमी पेहरावामध्ये हेलकावू लागला तसं वाटू लागलं की, जणू मूर्तिमंत तारुण्य साद घालीत आहे. पाहता पाहता आयुष्याची दहा– एक वर्षं तरी नक्कीच मागं पडून जायची.

त्या दिवशी ही राणी जरा अधिकच मंद गतीनं चालत होती– प्रत्येक अभिवादनाचा आणि स्मिताचा स्वीकार करीत. एवढ्यात तिच्या लक्षात आलं की, असा एक महाभाग आहे की ज्यानं तिला अभिवादन करणं तर दूरच राहो, पण आपली हॅट काढून आदर दर्शविण्याचीही तसदी घेतली नव्हती. तो रस्त्याच्या कडेला उभा राहून एकटक बघत मात्र होता. ती एवढी स्तिमित झाली की, एकटक त्या क्रूद्ध डोळ्यांकडे रोखून पाहत त्यांचा अंदाज घेऊ लागली आणि हा माणूस एवढा दुःखी आणि एवढा एकाकी का असावा हे तिनं त्वरित ताडलं. अतिव स्नेहानं आणि सहानुभूतीनं तिनं त्याच्याकडे पाहून मंदस्मित केलं.

हे स्मित एका क्षणाचंच होतं, पण या माणसाचं आयुष्य बदलून टाकण्यास ते पुरेसं होतं. त्यानं दृष्टी वर केली आणि आयुष्यात प्रथमच त्याला शुभ्र, गुलाबी आणि हिरव्या रंगाची ओळख पटली. थंड वाऱ्याची झुळुक आली आणि तिनं रस्त्याच्या कडेला उमललेल्या व्हायोलेटच्या फुलांचा परिचय करून दिला. किती शक्ती होती या छोट्याशा फुलांमध्ये! प्रत्येक जाणाऱ्या– येणाऱ्या माणसाला ती किती भरभरून आनंद देत होती! सूर्यप्रकाशात न्हाऊन निघालेल्या झाडांच्या पानांमधून, पक्ष्यांच्या गाण्यांमधून चैतन्य भरभरून ओसंडून वाहत होतं.

हा बुटका, कुबडा माणूस बिचारा गोंधळून गेला. आपली दृष्टी बदलून टाकणारं एकाएकी काय घडलं असावं आणि एकाएकी सृष्टीतील सौंदर्याचा साक्षात्कार आपल्याला कसा घडला असावा, याचा विचार करत.

हे सारं मला कुणी सांगितलं असावं? तो आपल्याशीच पुटपुटत म्हणाला.

"मी सांगितलं हे तुला" त्याच्या अंतर्मनानं उत्तर दिलं.

"छे, छे! तू तर नक्कीच नाहीस." त्यानं तिरस्कारानं म्हटलं.

"तू नेहमीच रात्रीसारखा थंड आणि अंधःकारमय राहिला आहेस."

"मी आनंदी आहे. सुखानं परिपूर्ण आहे. फुलं का फुलतात आणि पक्ष्यांना का गावसं वाटतं, हे मला आता ठाऊक झालं आहे."

"सांग, सांग तर मला."

"प्रेम. प्रेम आहे हे. ते शांत, स्निग्ध असू शकतं, तसंच आगीसारखं रखरखीतही. तू प्रेमात पडला आहेस. तुझं त्या सम्राज्ञीवर प्रेम जडलं आहे."

"सम्राज्ञीवर आणि माझं प्रेम? खरंच का मी तिच्या प्रेमात पडलो आहे! एवढं धाडस माझ्याकडून झालंच तरी कसं?"

"आजवर प्रेमाला कुणी रोखू शकलं आहे का?" त्याचं अंतर्मन पुन्हा बोलतं झालं.

"तू आता रोज सकाळी इथे येत राहशील. तिला अभिवादन करण्यासाठी आणि रस्त्याच कडेला उभं राहून ती जात असता तिच्याकडं नजर लावून पाहत राहशील."

हे बोलणं त्या कुरूप माणसानं मनावर घेतलं आणि रोज सकाळी येऊन तिची वाट पाहत रस्त्याच्या कडेला उभा राहायचा आणि तिला येताना पाहून आदरानं झुकून नमस्कार करायचा आणि प्रत्येक वेळेस ती समोरून गेली की त्याला वाटायचं, थंड वाऱ्याची झुळुक आपल्या चेहऱ्याला फुंकर घालत आहे.

हा त्याच्या आयुष्यातील सर्वांत सुखद काळ होता. त्याच्या अंगात अशी काही शक्ती संचारली होती की सकाळपासून संध्याकाळपर्यंत मोठे दगड– धोंडे उचलून टाकण्याची शक्ती त्याच्या शरीरात निर्माण झाली होती. त्याच्या आवाजात असं चैतन्य निर्माण झालं होतं की तो पक्ष्यांच्या बरोबरीनं गाणी म्हणू शकत होता. त्या पक्ष्यांची गाणी कशाविषयी होती हे त्याला ठाऊक नव्हतं, पण त्यांची गाणी होती ती राणी आणि आपल्या अद्भुत प्रेमाविषयी.

पण त्याला कुठं ठाऊक होतं, की वादळं अचानक निर्माण होतात– निसर्गामध्ये तसंच माणसाच्या मनातही. त्याच्याही मनात एक दिवस असेच विचार निर्माण झाले. तो राणीच्या दर्शनासाठी बागेच्या दिशेनं चालला होता. दिवसभरासाठी तिच्या दर्शनानं काही शक्ती मिळवावी म्हणून साऱ्या शहराची सजावट करण्यात आली होती. उत्तमोत्तम पेहराव केलेल्या लोकांनी शहरातील रस्ते गजबजून गेले होते. त्यांच्या हातांमध्ये गिटार, बासरी यासारखी वाद्यं होती. एक छोटीशी मुलगी हातात घुंगुर खेळवत चालली होती. ही होती माईजा. एक गरीब गुराखी– कन्या. गिटार किंवा बासरी विकत घेण्याची काही तिची ऐपत नव्हती. म्हणून तिनं आपल्या शेळीच्या गळ्यातील घुंगुर खेळण्यासाठी काढून घेतला होता.

"आज हे शहर का म्हणून एवढं आनंदात आहे? आज रस्त्यांवर लोकांची इतकी गर्दी कशी?" या कुबड्या माणसानं रस्त्यावरून जाणाऱ्या एका माणसाला विचारलं.

त्या माणसानं आश्चर्य करत म्हटलं,

"अरे! तुला माहीत नाही? आपल्या सुंदरीचं आज लग्न आहे."

"सुंदरी? कोण सुंदरी? कोणाविषयी तुम्ही बोलत आहात?"

"भल्या गृहस्था, आपल्या राज्यात एकच सुंदरी आहे हे तुला ठाऊक नाही का? अरे, गुलाबसुंदरीचं लग्न आहे."

"गुलाबसुंदरीचं... लग्न?"

या माणसानं या कुबड्याला डोक्यावर प्रहार देऊन खाली पाडलं असतं तरी त्याला एवढा धक्का जाणवला नसता, एवढा तो या बातमीनं जाणवला. तो खाली कोसळला खरा, पण जणू आपण आगीच्या तडाख्यात सापडावं त्याप्रमाणे चमकून तो उभा राहिला. तो पुन्हा त्या बागेकडे धावला, जिथं रोज तो आपल्या 'राणीची' प्रतीक्षा करत असे.

"राणी! प्रिय राणी" तो आक्रोश करू लागला. हृदयात जणू आगीचा डोंब उसळला होता. डोळ्यांतून वाहणाऱ्या अश्रूंचा स्रोत ही आग विझवू शकत नव्हता.

गिटारवादन थांबलं, त्याच्यानंतर बासरीवादनाला प्रारंभ झाला. गाणी आणि आनंदोद्गारांचा आसमंतात एकच कल्लोळ उसळला. वर– वधू अभिनंदनाचा स्वीकार करत होते. नवरदेव दुसऱ्या देशातून खास या सुंदरीशी विवाह करण्यासाठी आला होता. तो तरुण आणि देखणा होता. ते आपल्याच आनंदात इतके मग्न होऊन गेले होते की हा कुबडा गर्दीतून मुसंडी मारून कसा पुढे आला ते त्यांना समजलंही नाही. त्यानं नववधूसमोर गुडघे टेकले आणि अतिव निराशेनं आक्रोश करू लागला.

"राणी! गुलाबराणी, हा कोण कुठला माणूस आहे? त्याला हाकलून दे आणि माझ्याबरोबर चल"

"अरे, अरे! तुझी एवढी हिंमत? तुझे डोकं तर नाही ना फिरलं?" जमाव आपली प्रतिक्रिया दर्शवू लागला.

"तुला काही लाज कशी वाटत नाही? तुझ्यासारख्या मुर्खानं तिच्यासमोर यावं एवढीही तुझी पात्रता नाही."

"तू एखाद्या झाडूला का नाही जवळ करत प्रेमासाठी?"

"तू मागच्या वर्षाच्या गवताच्या काडीसारखा वाळलेला आहेस!"

पण ही थट्टा, मस्करी यापैकी कशाचाही परिणाम होऊन तो भानावर आला नाही. प्रेमाचा असा काही अग्नी त्याच्या हृदयात भडकला होता की त्यामुळं उरलासुरला विवेकही नष्ट होऊन गेला.

त्यानं कनवटीला लावलेला खंजीर उपसला आणि तो आपल्याला प्रिय असलेल्या सुंदरीच्या हृदयात खुपसला.

जी माणसं आनंद साजरा करण्यासाठी जमली होती त्यांनी हा दुःखद प्रसंग पाहून डोळे मिटून घेतले.

दुःखाचा पहिला भर ओसरताच याच लोकांवर आश्चर्य करण्याची पाळी आली.

ज्या ठिकाणी सुंदरीच्या रक्ताचं शिंपण झालं होतं, तिथे एक लाल रक्तरंगी फूल दिसून आले.

"गुलाब! गुलाबसुंदरी आमची राणी– माणसं एकमेकांकडे पाहत बोलू लागली'

आम्हाला आनंद देण्यासाठी ती पुन्हा परत आली आहे.''

त्या नगरीचा कायदा असा होता की, मत्सरानं कुणी प्रियकरानं आपल्या प्रेयसीला मारून टाकलं, तर त्याला हद्दपार करून त्याची पाठवणी दूर पर्वतात करण्यात येत असे. दगड मारून या कुबड्या माणसाला हद्दपार करण्यात आले.

पुन्हा काही तो कुणाच्या दृष्टीस पडला नाही.

पुढील वर्षी नवीन फुलांच्या मोसमात माईजा या पर्वत प्रदेशात आली. आपल्या पळून गेलेल्या शेळीच्या शोधात. पर्वतांच्या पायथ्याशी तिनं काय पाहिलं, तर एका हृदयाचे विभंगून दोन भाग झालेले होते आणि त्यातून सतत रक्त वाहत होतं. तिला आठवण झाली ती कुबड्या माणसाची. त्याच्या उत्कट प्रेमाचा असा दुःखद अंत झाला होता. तिला अश्रू आवरेनात! कारण तीही त्याच्यासारखीच एकाकी आणि प्रेमाला पारखी झालेली होती.

झालं काय, तर माईजाच्या अश्रूंनी त्या खडकाला पाझर फुटला आणि त्या जागेतून दोन सुंदरशी फुलं वर आली. एक फूल लालचुटुक होतं– रक्तवर्णी आणि त्याच्या शेजारीच अश्रूंसारखी पारदर्शक फुलं उगवली. पांढऱ्या शुभ्र रंगाची. लोकांच्या नजरेला ही फुलं पडताच ती रोपटी त्यांनी आपल्या घरी आणून लावली.

लाल रंगाच्या फुलाचं त्यांनी नाव ठेवलं– रक्तरंजित हृदय.

◆

'जंगली गुलाब' आणि 'प्रभातीचा वारा' (Wild Rose & Morning Wind)

एका बागेच्या कोपऱ्यात अगदी कुंपणालगत जंगली गुलाबाच्या फुलाला बहर आला. दवबिंदूंचा शिडकावा झाल्यावर हलका लालिमा लपेटून घेऊन सजलेल्या सुंदर स्त्रीसमान हा देखावा भासत होता– जिचे डोळे नव्यानं लाभलेल्या आनंदानं लकाकत असावेत, अशी ही रमणी वाटत होती.

सकाळी सर्वात आधी जाग येते पक्ष्यांना. त्यामुळे या सुंदर फुलांकडे प्रथम त्यांच लक्ष गेलं.

"चिव – चिव. चिव– चिव. किती गोड, किती छान." लहान लहान पक्ष्यांनी दाद दिली.

"सुंदर– सुंदर." चिमण्यांनी आपली प्रतिक्रिया नोंदवली.

"फारच मनोरम. आ हा;" गाणी गात पक्षी कौतुक करू लागले.

"पीऽवू. पीऽवू." अशी साद घालत लहान मोठे पक्षी नदीतीराच्या दिशेनं झेपावले. सारे नाईटिंगेल पक्ष्यांच्या दिशेनं गेले. त्यांचं गुलाबाविषयीचं प्रेम सर्वांना माहीत होतं.

नाईटिंगेल पक्ष्यांनी तत्क्षणी प्रेमाविषयी एक गाणं रचलं. या विषयाचा कधी कोणाला कंटाळा येत नाही. कारण प्रत्येक नवं प्रेम हे नव्यानं उमललेल्या जंगली गुलाबाप्रमाणं नवं आणि सुंदर असतं.

या गाण्यानं बेफिकिर असलेल्या प्रभातीच्या वाऱ्याला जाग आली. त्याला आजूबाजूच्या दणकट वृक्षांच्या फांद्यांच्या पाळण्यामध्ये गाढ झोप आली होती.

"खरंच ती इतकी सुंदर आहे का?"– वाऱ्यानं आश्चर्य करीत विचारलं.

आणि नाईटिंगेल पक्षी आनंदानं उत्तरला, "काय सांगावं, प्रभातीचं तेज तिच्यामध्ये आहे, पहिल्या सूर्यकिरणाचं मार्दव आहे, तिचे श्वास वसंताच्या आगमनापेक्षा अधिक मादक आहेत."

"ती बागेतील, जंगलामधील फुलांहूनही अधिक मनोहर आहे का?"– प्रभातीच्या वाऱ्यानं विचारलं.

"ती या साऱ्या फुलांपेक्षा उजवी तर आहेच, पण विशालपर्णी वृक्ष, सफरचंदाचं झाड आणि निंबोणीच्या वृक्षालाही ती आपल्या सौंदर्याची बरोबरी करू देणार नाही."

प्रभातीच्या वाऱ्याच्या अंतःकरणात नाईटिंगेल पक्षी आपल्या शब्दांनी अधिकाधिक

मृदू भावना निर्माण करीत राहिला. इतक्या समरसतेनं की, जंगलातील ज्या फुलांचं तो प्रियाराधन करीत होता, कालचा संपूर्ण दिवस त्याच्याशी हितगुज करण्यात त्यानं व्यतीत केला होता, दुसऱ्या दिवशी सकाळी परतायचं वचन देऊन आणि चिरंतन प्रेमाच्या शपथा घेऊन– त्याला तो विसरूनही गेला. आपल्या कांतीला खुलून दिसेल, असा हिरवा रुमाल त्यानं गळ्याभोवती लपेटून घेतला, आपल्या पायघोळ झग्याला चिकटलेले चकाकते पर त्यानं फुंकरीनं उडवून लावले आणि नाईटिंगेलच्या दिशेनं एक प्रेमळ कटाक्ष टाकत तो थेट बागेतील कुंपणाच्या दिशेनं जाऊ लागला– जंगली गुलाबाच्या भेटीसाठी.

'नमस्ते, नमस्ते सुंदरी, माझ्या अभिवादनाचा स्वीकार कर'– आपले दोन्ही हात हृदयावर ठेवत आणि विनयानं झुकून सलाम करीत प्रभातीचा वारा खुषीत येऊन म्हणाला.

जंगली गुलाबाच्या फुलानं– या सुंदरीनं– स्त्रीसुलभ लज्जेनं आपली मान वळवली आणि म्हणाली,

'कशासाठी तुम्ही माझी एवढी स्तुती करता? बागेच्या मध्यभागी उमलणाऱ्या आणि शोभून दिसणाऱ्या सर्व फुलांमध्ये मी तर अगदीच साधी. मला तर रूपही नाही.'

"तुझ्या साधेपणामुळं तुझं सौंदर्य अधिकच खुलून दिसतं आणि तुझी नम्रता तुझ्या अंत:करणाची ग्वाही देते"– प्रभातीच्या वाऱ्यानं त्वरित आपलं म्हणणं मांडलं.

आश्चर्यात बुडून जाऊन तिनं चेहरा तर उचलला आणि या स्तुतिपाठकाच्या तेजस्वी नजरेशी तिची नजरानजर झाली.

"आजवर कुणी माझ्या अंत:करणाविषयी, त्याच्या पावित्र्याविषयी नाही बोललं. सारे गोडवे गातात, ते माझ्या सौंदर्याचे पण सौंदर्य काही कायम टिकणारं नाही."

"पण प्रेम तर आहे ना चिरंतन टिकणारं. आणि माझं तुझ्यावर नितांत प्रेम आहे."– आणि या अद्‌भुत शब्दांचा– प्रेमाचा– उच्चार त्यानं हलकेच तिच्याजवळ जाऊन केला. या शब्दांत कुण्याही जीवमात्रास संजीवन देण्याचं सामर्थ्य असतं.

जसं प्रेम त्यानं आपल्या जुन्या मैत्रिणीवर केलं होतं, अगदी त्याच उत्कटतेनं तो याही मैत्रिणीवर प्रेम करू लागला. जणू 'कालच्या' आपल्या मैत्रिणीला तो विसरूनही गेला होता. दिवसभर तो या नव्या प्रेयसीला जराही विसंबला नाही. तसा दिसायलाही मी फारसा वाईट नाही. तुलाही मी आवडेन असं मला वाटतं.

"नाही. कधीच नाही. जर तुला आपल्या रूपाचा अति गर्व झालेला असेल, तर ऐक. मी तुला फार दिवसांपासून ओळखते. अगदी तू हिरव्या रंगाचा टोळ होतास, तेव्हापासून. गवतातून अन् कोबीच्या पानांमधून घुमत राहायचास, त्यात छेद करीत. फू:! शी:!"– असं म्हणून या जंगली गुलाब सुंदरीनं मान फिरवली.

उन्हाळ्याचा ताप वाढत चालला. जमीन खडकासारखी टणक झाली आणि रूक्षही. बागेतील झाडांना झारीतून पाणी पाजलं जाऊ लागलं. माळी सकाळ– संध्याकाळ त्यांची काळजी घ्यायचा, पण या फुलाकडे मात्र त्याचं लक्ष गेलं नाही.

या 'सुंदरीला' स्वत:च आपल्या सौंदर्याची निगा राखणं आवश्यक होतं. दिवसभर आपल्या पाकळ्या गच्च मिटून घेऊन ती स्वप्नरंजनात गुंग होऊन जाई. आपला प्रियकर परत आलेला तिला दिसत राही. सायंकाळी त्याच्या स्वागतासाठी पाकळ्यांचे सारे पदर ती खुले करीत असे.

एक दिवस ही गुलाब सुंदरी अशीच स्वप्नांमध्ये रमली होती.

एवढ्यात, एका जबरदस्त झुळुकीनं ती भानावर आली. कारण भोज वृक्षाच्या फांद्या जशा जमिनीच्या दिशेनं झेपावल्या, तसा कुणी कण्हत असल्याचा भास झाला. त्यांनी काहीतरी अघटित घडलेलं पाहिलं असावं. या गुलाब सुंदरीची उंची फारशी नसल्यामुळे तिच्या दृष्टीला हे पडलं नसावं.

अरेरे! आणि तिनं हे पाहिलं नाही, हेच ठीक झालं. हा होता तिचाच प्रियकर. प्रभातीचा वारा. झाडांच्या फांद्यांमधून वेगाने झेपावत होता, फांद्यांना वाकवत, मोडून टाकत आणि पानांना भयभीत करीत. तो किती बदललेला दिसत होता! त्यानं मानेभोवती लपेटलेल्या हिरव्या रुमालाच्या चिंध्या– चिंध्या होऊन गेल्या होत्या. तो जमिनीपर्यंत येऊन पोहोचला, तसा धुळीचा लोळ उठला. बागेतील फुलं एवढ्यानंच थरथरू लागली.

"तुम्ही स्त्री– वर्ग... सारा सारखाच. निष्ठेच नाव नाही. मूर्तिमंत चंचलता. मला तुमची घृणा येते. तिरस्कार करतो मी तुमचा!"

तो आपल्या प्रियेच्या इतका समीप येऊन ठेपला. ती हसतमुखानं त्याच्या दिशेनं उंच झेपावण्याचा प्रयत्न करू लागली. पण धुळीचे कण तिच्या डोळ्यांत भरून गेले. त्यांना दूर केलं, तोपर्यंत हा वारा दूरवर निघून गेला होता.

"अरे, याला आज झालंय तरी काय? हा असा वेड्यासारखा का वागत आहे?" छोटे छोटे गाणारे पक्षी स्वत: या धक्क्यातून सावरत चिमणीला विचारू लागले.

"हा: हा: हा:"– चिमणी खोडकरपणानं म्हणाली,

"माझ्या एका दोस्तानं सांगितलं की, त्यानं समुद्रपक्ष्यांना एकमेकांशी बोलताना ऐकलं. हा: हा:! ते असं की, प्रभातीच्या वाऱ्याचं मन आता गुंतलं आहे. पाणचाफ्याच्या फुलात. ते राहतं सरोवरात. हा: हा:! आणि या पुष्पसुंदरीचं प्रेम आहे, ते दक्षिणाधिपती वाऱ्यावर. हा: हा:! हा: हा:!"

त्या छोट्या गाणाऱ्या पक्ष्याचं मन बिचारं हळवं होतं. तो म्हणाला, "पण हे सारं तिला– जंगली गुलाब सुंदरीला मात्र सांगू नकोस हं!"

आणि चिमणीनंही वचन देऊन टाकलं की, ती तसं करणार नाही.

आणि इकडे ही सुंदरी काय म्हणाली ठाऊक आहे? "बिच्चारा माझा मित्र! जणू मला हुडकता हुडकता वाटच चुकले आहे त्याची. माझ्याविना त्याचे किती बरं हाल होत असतील!" असं बोलून तिनं एक दीर्घ उसासा टाकला आणि आपला फुलोरा सावरून अधिकच सुशोभित केला. "तो येईल. मला खात्री आहे की, तो येणारच. कारण प्रेम अनंत आहे, चिरंतन आहे, असं तो. स्वत:च म्हणाला होता."

आता पुन: आली, ती गुलाबकळी. ती ऑफेलियाला म्हणाली, "तुला असं नाही का वाटत की, आपण या जंगली गुलाबाचं लग्न कुंपणाशी लावून द्यावं?"

"हो. हो. खरंच. आता तिलाही वय जाणवत असेल. ती पूर्वीसारखी निवडीबाबत फारशी चिकित्सक असणार नाही. ती आता एखाद्या मामुली वराचाही स्वीकार करील. मी असं करतो– तिच्याकडे घाणीत लोळणाऱ्या किड्यांना पाठवतो."

घाणीतील किडा जंगली गुलाबाच्या दिशेनं सरपटत गेला व त्याने आपले मागचे दोन्ही पाय जमिनीवर टेकत पुढील दोन पायांनी तिला अभिवादन केलं आणि आपल्या पूर्णतया संस्कृतीहीन भाषेत तिला म्हणाला, "हे पहा! मी सरळ सरळ मुद्याविषयीच बोलणार आहे. मी तुझ्याशी लग्न करणार आहे."

संतापानं बेभान होत या जंगल गुलाब सुंदरीनं आपला एक तीक्ष्ण काटा त्याच्या शरीरात खुपसला आणि म्हणाली, "तुझ्याशी काही बोलण्यातही मला रस नाही. माझा तर प्रभातीच्या वाऱ्याशी वाङ्‌निश्चयही झाला आहे. अशी सरळ सरळ माझ्याशी लगट करण्यास तू धजावलास तरी कसा?"

"तरीच. तरीच. तुम्हा दोघांमध्ये काही शिजत असल्याची कुणकुण मला होतीच. पण मला त्याची काही पर्वा नाही. यावर चिमण्यांना काही बडबड करायची असल्यास करू देत. त्यांना यातून आनंद मिळत असल्यास मिळो बापडा."

"हे पहा, घाणीतल्या किड्या. तुझी जागा त्या घाणीतच. तू तिथंच लोळावंस. तुला मनाच्या निष्ठेची, चांगुलपणाची काही चाड कशी असेल?"

"ओ: हो:! अस्सं काय? मी घाणीत डुंबणारा किडा आहे होय? बरोबर बोललीस. तुला जरूर नाही वाटतं या घाणीची? तुला काय वाटतं, ही घाण तुझ्या मुळांपाशी घातल्याशिवायच का तुला एवढा बहर येतो? चल, आपण देवाणघेवाणीचा असा सौदाच करून टाकायचा का?"

त्यानं आपला हात पुढं करताच या गुलाबाच्या काट्याचा त्याला दंश जाणवला. या सुंदरीला आपल्या आणि आपल्या भाईबंदांच्या भाषेत शिव्यांची लाखोली वाहत त्याने तिथून पाय मागे घेतले.

वसंत सरला, तशी हिवाळ्याची हलकी हलकी चाहूल जाणवू लागली. नाईटिंगेलसारखे नाजूक प्रकृतीचे पक्षी ऊबदार प्रदेशांच्या दिशेनं निघून गेले. लहान लहान गाणारे पक्षी आणि चिमण्या हिवाळ्यासाठी नियोजित केलेली कामे, त्यांतील

अडचणी यांविषयी चर्चा करण्यासाठी एकत्र येत राहत. गुलाब कळी आणि ऑफेलिया यांना आसरा घेण्यासाठी छोटी छोटी लाकडी छपरं मिळाली होती व त्यांच्यासाठी माळीबुवा छोटे छोटे मऊ बिछाने तयार करीत होते.

"अरे देवा! हा तर माझा अखेरचा बहर. तो टिकून असेपर्यंतच जर माझा प्रियकर– प्रभातीचा वारा परतून आला, तर काय बहार येईल! अर्थात, बहर असला, नसला तरी त्याच्या प्रेमात काही अंतराय येणार नाही म्हणा! कारण माझं मन त्यानं जाणलं आहे.''

किती सुंदर शब्दांत जंगली गुलाबानं आपलं मन मोकळं केलं.

जमीन हिवाळ्यात बर्फानं थिजून गेली. आकाश प्रसन्न वाटत नव्हतं. बर्फाचं आवरण त्यानं सर्वत्र पसरण्यास सुरुवात केली. बर्फाच्या माऱ्यापुढे ही सुंदरी– हे जंगली गुलाबाचं फूल– अधिक टिकाव धरू शकलं नाही. आपल्या मित्राची प्रतीक्षा त्याला किती म्हणून तगवून ठेवू शकत होती? हळूहळू उदासीनता निर्माण झाली आणि ती सतत वाढतच गेली. या जंगली गुलाबाला कशाचंच वाईट वाटेनासं झालं– प्रेमाचंही नाही, सौंदर्याचंही नाही आणि आत्मिक बलाचंही नाही. त्यामुळे जेव्हा या सृष्टीचा अखेरचा निरोप घेण्याची वेळ आली, तेव्हा त्याच्या देहातून दुःखाची किंवा प्रतिकाराची – कोणतीही प्रतिक्रिया उमटली नाही.

निर्मम! निर्दय! किती क्रूर असू शकतो काळाचा पंजा. त्याला काय दुसऱ्या एखाद्या जिवाला ओढून नेणं शक्य नसतं झालं? आता तू नजर झुकवून थरथरत उभा आहेस, कारण प्रभातीचा वारा झाडांना धक्के देत, काही दुःखी स्वर गुणगुणत येऊ लागला आहे.

ज्याची प्रतीक्षा इतके दिवस जंगली गुलाबानं केली, तो तिचा प्रियकर दाटलेल्या. गहिवरलेल्या आवाजात बोलू लागला–

"प्रिय मैत्रिणी,

तू अशी एकमात्र होतीस की तिचं माझ्यावर खरं, निष्ठावान प्रेम होतं. आणि मी मात्र किती निर्दय आहे! जिथं तू उमललीस, वाढलीस, त्या भूमीवर मला मस्तक टेकू दे. मी इथं आल्याची तुला थोडी जरी जाणीव होत असली, तरी मला थोडा प्रतिसाद दे. जर तू मला क्षमा केलीस, तर मी इथंच तुझ्या पायांशी पडून राहीन– वसंताच्या पुनरागमनापर्यंत.''

पण तो क्षमायाचना कुणाची करत होता? ऐकायला, प्रतिसाद द्यायला तिथं कुणी होतंच कुठं? त्याचे शब्द वाऱ्यावर विरत राहिले. त्याच्या नावाप्रमाणेच सैर– भैर पसरत राहिले आणि त्याच्याच रूपात विरून नाहिसेही होत राहिले.

◆

पर्शियन लायलॅक
(Persian Lilac)

फार फार कठीण, भयावह दिवस होते ते. त्याकाळी पृथ्वीतलावर सर्पासुर (Dragons) आणि चेटकिणी यांची वस्ती असायची. माणसं सतत भीती आणि दहशतीच्या वातावरणात राहायची. रात्रीच्या वेळी अघोरी वारा जर घोंघावू लागला तर माणसांना कळून चुकायचं, की सर्पासुरांनी मनुष्यवस्तीमध्ये टेहळणी करण्यासाठी पाठवलेली ही चेटकीण होती. कारण असं, की प्रत्येक सर्पासुराची महत्त्वाकांक्षा अशी असायची, की आपल्यापैकी प्रत्येकासाठी कमीत कमी एक राजकन्या पळवून न्यायची, पण सर्पासुरांची संख्या अमाप होती आणि राजकन्या तर संख्येनं अगदीच तुरळक असायच्या. त्यामुळे व्हायचं काय, तर प्रत्येकाला सुंदर अप्सरा न मिळाल्यामुळे साध्या कुटुंबातील मुलींवरच त्यांना समाधान मानायला लागायचं.

एका गावात पर्सिया नावाची स्त्री आपल्या नऊ मुलांसमवेत राहायची. एके दिवशी रात्री झालं काय, तर पर्सियाच्या घराभोवती सुसाट वारा घोंघावू लागला. याचा अर्थ काय असू शकत होता? त्या घरात तर पर्सिया ही एकच स्त्री होती. नक्कीच त्या सर्पासुरांपैकी एकाचा तिच्यावर डोळा असावा. मुलांनी विचार केला–

"ते काही नाही. आम्ही नऊजण मुलगे आमच्या आईचं संरक्षण करण्यास समर्थ असताना हे घडता कामा नये. आणि असं जर आम्ही करू शकलो नाही, तर त्याहून अधिक शरमेची बाब कोणती असू शकेल?"

नऊजणांपैकी एक आळीपाळीनं दररोज आईच्या रक्षणार्थ घरी थांबू लागला. हातात तलवार घेऊन पाळत ठेवायला लागायची. बाकीचे आठजण कामावर निघून जायचे. आठ दिवस सारं काही ठीक चाललं होतं. नवव्या दिवशी सर्वात धाकट्या मुलानं घरी थांबायचं होतं. फाटकापाशी तो काही वेळ उभा राहिला. चौफेर दृष्टी फिरवत. काही संकट येईल अशी चिन्हं दिसत नव्हती. जेवणाची वेळ झाली, तसा तो आत घरात जाऊ लागला. एकाएकी बागेच्या बाजूने मोठ्यानं कुणी हसल्याचा आवाज येऊ लागला. आवाजापाठोपाठ त्याच दिशेनं एक तरुण, सुंदर स्त्री धावत येताना दिसली. आपल्या झग्यावर तिनं एक जांभळ्या रंगाचं फूल खोवलं होतं. ही स्त्री त्याला आपल्याजवळ येण्यासाठी खुणावू लागली. पण शस्त्रास्त्रांचा तिला तिटकारा होता, त्यामुळं हातातील तलवार टाकून द्यावी, असं तिनं सांगितलं. त्यानं

हातातील शस्त्र खाली ठेवताच ती त्याच्या दिशेनं चालत येऊ लागली. आपल्या झग्याला खोवलेलं फूल तिनं काढलं आणि ते त्याला हुंगण्यासाठी दिलं. विश्वासानं त्या मुलानं मान वर केली आणि दीर्घ श्वास घेऊन त्या फुलाचा वास घेतला. तत्क्षणी त्या उग्र दर्पानं त्याला प्रथम गुंगी व नंतर भोवळ येऊ लागली. त्याच ठिकाणी तो खाली कोसळला. निद्रेच्या आधीन होण्यापूर्वी त्यानं पाहिलं, की तिथे घराजवळच एक सर्पासुर अवतरला आहे व झपाट्याने आईला घेऊन आकाशाच्या दिशेनं भरारी मारत आहे. एवढ्यात त्या सुंदर स्त्रीचं रूपांतर एका चेटकिणीत झालं व हातात आपला झाडू घेऊन त्याला टेकत टेकत ती त्याच मार्गानं मागं जाऊ लागली.

या मुलाला शुद्धीवर येण्यास काही वेळ लागला. जरा भानावर येताच तो विचारात पडला की, आपल्या भावांना आता कसं तोंड दाखवायचं? आता एकच मार्ग उरला होता. त्यानं निश्चय केला, तडक निघायचं, त्या सर्पासुराची गुहा हुडकून काढायची, त्याचा नि:पात करायचा आणि आईची सुटका करायची. तलवार उचलली, पावाचा एक तुकडा आपल्या खिशात घातला आणि तो निघाला.

दिवसभर तो चालत राहिला आणि अखेर सायंकाळी रस्त्याच्या एका कडेला येऊन थांबला. तिथे एक वृद्ध माणूस असहाय्य अवस्थेत पडून राहिलेला होता.

"माझ्यावर दया कर मुला. मला फार भूक लागली आहे. मला खायला काही देतोस का?"

"अवश्य. आनंदानं देईन. पण तुम्ही मला सांगाल का, या दिशेनं सर्पासुर माझ्या आईला पळवून नेत असताना तुम्हा पाहिलं तर नाही?"

त्या वृद्ध माणसानं या मुलानं दिलेला पावाचा तुकडा घेतला आणि दक्षिणेच्या दिशेनं बोट दाखवलं. मुलगा त्या दिशेनं जायला निघाला.

दुसऱ्या दिवशीही तो मुलगा अखंडपणे चालत राहिला. आश्चर्य असं की पुन्हा तो त्याच ठिकाणी येऊन पोहोचला. तीच जागा, तोच रस्ता आणि तोच वृद्ध माणूस. यावेळेस मागणी नवीन होती.

"मुला, मला मदत करशील? मला एवढं सफरचंदाचं रोपटं लावायचं आहे. ते लावण्यासाठी खड्डा खणून देशील? माझ्या अंगात काही तेवढं त्राण नाही."

मुलानं तलवार उपसली, खड्डा खणला आणि रोपटं रोवून दिलं. त्यानं या वृद्ध माणसाला आपल्या आईचा ठावठिकाणा माहीत करून घेण्यासाठी पुन्हा तोच प्रश्न विचारला. यावेळेस वृद्धानं त्याला उत्तरेकडे जाण्यास सांगितलं. त्यानुसार मुलगा निघाला. तिसऱ्या दिवशीही अविरत पायपीट केली आणि काय सांगावं, पुन्हा त्याच जुन्या जागी तो येऊन थडकला. वृद्ध माणूस त्याच जागी बसला होता. त्यानं पुन: एकवार मदतीसाठी विनवणी केली.

"मुला, माझ्या झोपडीत एक साप शिरला असून त्याचा मला उपद्रव होत

आहे. तू त्याला ठार करशील का?''

मुलगा झोपडीत शिरला आणि त्यानं सापाला तलवारीनं ठार केलं.

''आता तरी सांगाल का, तो सर्पासुर नक्की माझ्या आईला कुठे घेऊन गेला आहे?'' मुलाने त्रासून विचारलं.

''मुला, मी तुझ्या या परीक्षा घेतल्या, कारण मला पहायचं होतं, तुझं मन किती निर्मळ आहे, तुझ्या हातात किती बळ आहे आणि तू खराच शूरवीर आहेस की नाही. तुझ्या आईनं तुझं चांगलं संगोपन केलेलं दिसतं आणि अशी आई सर्पासुराच्या हातात जाता कामा नये. आता ऊठ आणि पश्चिमेला जा. तू अशा ठिकाणी येऊन पोहोचशील की जिथं नव्यानं घडवलेली नाणी वाळवत ठेवलेली असतील. याच ठिकाणी सर्पासुराची गुहा आहे, पण तो आपणहून तुझ्या आईला तुझ्या स्वाधीन करेल, अशी अपेक्षा मात्र ठेवू नकोस. तुला निकराची लढाई करावी लागेल. कुणी सांगावं, तू आपले स्वत:चे आणि आईचे, दोघांचेही प्राण वाचवू शकशील. मी तुला एक परवलीचा शब्द सांगतो. तो उच्चारताच तुझं कोणातही रूपांतर होऊ शकतं. पण एक लक्षात ठेव, की असं रूपांतर केवळ दोनदाच होऊ शकतं. तिसऱ्या वेळेस मात्र तू हा शब्द तुझं रूपांतर मूळ स्वरूपात होईल यासाठी राखून ठेवला पाहिजेस. कारण तुझी जी तिसरी इच्छा असेल, त्यानुसार तुला मिळणारं रूप हे कायम स्वरूपाचं राहील.

त्या मुलानं परवलीचा शब्द पाठ केला आणि पश्चिमेच्या दिशेनं निघून गेला. सारा दिवस तो चालत राहिला आणि मध्यरात्रीच्या सुमारास एके ठिकाणी ज्वाला उंच उठताना दिसू लागल्या. याच ठिकाणी नव्यानं तयार केलेली नाणी ठेवलेली असावीत. म्हणजे तो सर्पासुराच्या गुहेपाशी येऊन पोहोचला होता तर! आता तयारीत राहणं आवश्यक होतं.

मुलानं आपली तलवार परजली आणि त्या ज्वालांच्या दिशेनं जाऊ लागला. त्याला जाणवलं, आपले पाय रुतत खोल, खोल जात आहेत. एक पाऊल वर उचलायला जावं तर दुसरं रुतून बसत असे. एवढ्यात त्याला एक मानवी आकृती त्याच्या बाजूनं वर येताना दिसली– प्रचंड ओझ्याखाली दबलेली. त्यानं निरखून, अधिक निरखून पाहिलं. ही त्याची आईच होती. पाठीवरून काही जड ओझं वाहत होती.

त्यानं हाक मारताच ती कण्हत, कण्हत उद्गारली.

''मुला, मुला, तू कशाला माझ्यामागे आलास? अरे, आजपर्यंत या गुहेतून कोणी बाहेर आलेलं नाही. तुही या सर्पासुराची गुलामी करावीस. यापेक्षा मी एकटी झिजून मरणं पसंत करेन.''

''नाही, आई. हा सर्पासुर तुला पळवून घेऊन गेला, हा केवळ माझा दोष होता.

तुला मुक्त करणं हे माझं कर्तव्य आहे. तू हा लाकडी वाडगा पाहिलास? त्वरेनं यात पाय ठेव, मी परवलीचा एक शब्द म्हणेन आणि माझं रूपांतर एका नदीत होईल आणि मी तुला पैलतीरी घेऊन जाईन.''

त्यानं आईला त्या वृद्ध माणसाविषयी व त्यानं सांगितलेल्या परवलीच्या शब्दाविषयी सांगितलं.

दरम्यान, सर्पासुराला या पलायनाचा सुगावा लागला होता. त्यानं झपाट्यानं शोध घेण्यास सुरुवात केली. एव्हाना नदीचा प्रवाह वाळूच्या एका भल्या मोठ्या ढिगाऱ्यापर्यंत जाऊन पोहोचला आणि थांबला. काय करावं? कशी सुटका करून घ्यावी?

आता मी घोड्याचं रूप घेईन. तू आयाळीला पकड आणि मी तुला वाळूच्या ढिगाऱ्यापलीकडे घेऊन जाईन. घोडा भरधाव निघाला, पण एव्हाना त्याच्या खुरांपर्यंत सर्पासुर येऊन पोहोचला होता. तरीही दोघं निसटून जाऊ शकले असते, पण वाटेत एक मोठा खड्डा आला आणि घोडा अडून बसला.

''मुला, आता तुला परवलीचा शब्द फक्त एकदाच बोलता येईल. लवकरात लवकर तू मानवी रूप घ्यावंस.''

पण आईचे हे शब्द मुलगा मनावर घ्यायलाच तयार नव्हता.

''नाही. आई, आम्ही नऊजण आहोत. पण आम्हा सर्वांची आई मात्र तू एकच आहेस. आता मी एका दाट झुडुपाचं रूप घेतो आणि तू त्यामागे लपून रहा.''

तिसऱ्या वेळेस त्यानं परवलीचा शब्द उच्चारताच त्याठिकाणी एक दाट झुडुप उभं राहिलं. जवळच सुवासिक 'लायलॅक'ची फुलं उमललेली होती. पर्सिया या झुडुपामागे, या फुलांचा आडोसा करून लपून राहिली. सर्पासुर संतापानं आगीचे लोळ उठवत बाजूने निघून गेला.

अशी ही कहाणी.

'पर्शियन लायलॅक' या फुलाच्या जन्माची, आई आणि तिचा मुलगा यांच्यातील अतूट, अलौकिक, परस्पर-प्रेमाची.

♦

लिली
(Lily)

आता करण्यासारखं काहीच उरलं नव्हतं. अश्रू गाळणं आणि उसासे टाकणं तर अगदीच कमीपणाचं दिसलं असतं. जॅकला युद्धासाठी सरहद्दीवर जाणं क्रमप्राप्त होतं आणि लिलीला– त्याच्या वाग्दत्त वधूला– मागं घरी राहणं प्राप्तच होतं. घरी म्हणजे मायदेशी, फ्रान्समध्ये.

निरोप घेण्यासाठी जॅक जेव्हा उभा राहिला, तेव्हा म्हणाला, "लिली, सैनिकानं भावनाप्रधान असता कामा नये. म्हणूनच माझ्यासारख्या संवेदनाशील माणसाला माझ्या हृदयाचं ओझं होऊन जाईल. मी परत येईपर्यंत मी माझं हृदय तुझ्याकडे सांभाळायला देतो. ठेवशील ना जपून?"

लिलीनं आपल्या प्रियकराचं हृदय एका चांदीच्या कुपीत बंद करून ठेवलं आणि त्याच्या येण्याची वाट बघू लागली.

काळाची पावलं फार संथ असतात. फारच संथ. विशेषत: कुणी वाट पाहत असलं, तर ती फारच धिम्या गतीनं पुढं पडत राहतात. एखादा दिवस वर्षाप्रमाणे भासतो आणि वर्षाचा कालखंड युगाच्या बरोबरीचा.

दिवस, आठवडे, महिने जात राहिले आणि वर्षं तर अशा संख्येनं सरत राहिली, की लिलीला ती मोजणंही कठीण होऊन गेलं. म्हणूनच एक दिवस वडिलांनी तिला दटावलं, तेव्हा ती भानावर आली.

"मुली, प्रिय मुली,

जॅकला जाऊन कित्येक वर्षं लोटली. कुणास ठाऊक, तो परत तरी येईल किंवा नाही. तू कुणी दुसरा मुलगा बघावास हे बरं."

"बाबा, हे तुम्ही काय बरं सांगता?" लिली स्फुंदत म्हणाली, "जॅक तर आपलं हृदय माझ्यापाशी ठेवून गेला आहे. मी त्याला कशी विसरू शकते?"

तिचे वडील खेदानं मान हलवत राहिले. वाटलं, आपला जावई कधीकाळी परत येऊन आपली जबाबदारी सांभाळेल का? घरामध्ये नातवंडं खेळेपर्यंत आपण हयात राहू का?

अशीच आणखी दहा वर्षे गेली आणि अखेर युद्धाची समाप्ती झाली. लिली अजूनही जॅकची वाट पाहतच होती. सीमेवरून घरी परतणाऱ्या सैनिकांना ती सतत

विचारत राहिली, पण मनाजोगतं उत्तर मात्र मिळालं नाही.

"त्याला दुसरी कुणी मिळाली असेल. तिच्यामध्ये गुंग होऊन तो तुला विसरून गेला असेल–" तिची बहीण म्हणाली, पण लिली कुणाचंच काहीही सांगणं ऐकायला तयार नव्हती.

"पण हे कसं शक्य आहे? जॅकचं हृदय तर माझ्याजवळ आहे. हृदय जवळ असल्याशिवाय कुणी प्रेम करतं का कधी?"

मध्यंतरीच्या काळामध्ये जॅक खून, मारामारी, चोऱ्या या आणि अशांसारख्या दुर्वर्तनी कामगिरीत गुंतलेला राहिला. कारण उघड आहे. हृदयच नव्हतं ना! म्हणून युद्धसमाप्ती झाल्यावर त्यानं हे नामी काम स्वत:साठी हुडकून काढलं. रात्री अपरात्री भुरट्या चोऱ्या करणे, दरोडे घालणे, निरपराध लोकांचा जीव घेणे अशी कामे करत करत अखेर तो गुंड– दरोडेखोर मंडळींचा म्होरक्या बनला. शिवाय दारूचं व्यसन जोडीला होतंच.

एकदा त्याच्या टोळीतील एक माणूस पेअरी आजारी पडला. जॅक समजून चुकला की आता या माणसाचा आपल्याला काही उपयोग नाही अन् दिलं त्याला हाकलून. सूडाच्या भावनेनं प्रेरित होऊन पेअरी जॅकचं खेडेगाव हुडकत, हुडकत निघाला. एकदा ते सापडलं की त्याला सर्वांना ओरडून सांगायचं होतं की, जॅकनं आता कोणत्या प्रकाराचं आयुष्य जवळ केलं आहे ते.

पेअरी चालत राहिला आणि अखेरीस जॅकच्या खेडेगावी येऊन पोहोचला. योगायोगानं त्याला एक वयोवृद्ध स्त्री समोरून चालत येताना दिसली. केस अस्ताव्यस्त पसरलेले आणि डोळे काही आश्चर्यानं विस्फारलेले.

"बाई, एक जॅक नावाचा माणूस याच गावात राहायचा का?"

"ज...जॅक? हो इथंच. याच गावात." स्त्रीनं उत्तर दिलं.

"तुम्ही त्याला ओळखत होता का?"

"ओळखत होते? अरे देवा! हा कसा प्रश्न विचारत आहे! अहो, मी जॅकला कशी विसरेन? मी तर त्याची वाग्दत्त वधू आहे. सांगा, सांगा, तुम्हाला त्याचा काही ठावठिकाणा माहीत आहे का?"

वयोवृद्ध पिअरेनं पाहिलं, या स्त्रीचे डोळे आशेनं आणि आनंदाने लकाकत आहेत. त्याला समजलं की या स्त्रीच्या प्रेमामध्ये अजूनही सामर्थ्य होतं. पण तिला जॅकविषयी अशी ही माहिती तीही एवढी अप्रिय, ती कशी सांगावी? खोटंच काही सांगावं, हे बरं.

"तेव्हा... तू आहेस तर जॅकची वाग्दत्त वधू...?"

"हो. मीच ती. लिली माझं नाव."

"प्रिय मुली, आज काय ही वेळ आली माझ्यावर. आणि खोटं बोलत असताना

डोळ्यांनी दगा देऊ नये, म्हणून त्यानं जाणूनबुजून नजर खाली वळवली. तुझ्या जॅकला...त्याला युद्धात वीरगती प्राप्त झाली. पण शेवटपर्यंत तुझंच नाव त्याच्या ओठांवर होतं. लिली, लिली असं पुटपुटतच त्यानं प्राण सोडला.''

सूडाची भावना शांत होताच तडक पेअरी तिथून निघाला आणि जे सांगण्यासाठी तो इतक्या दूरवर चालत आला होता, ते तर त्यानं सांगितलंच नाही.

लिली मात्र हताश होऊन गेली. आता तिचा जॅक उरला नव्हता. जे मरण आलं होतं, ते हृदयाविनाच. तिनं ठरवलं, की त्याची दफनभूमी हुडकून काढून त्याचं हृदय आपण तिथं ठेवून येऊ. घरी जाऊन तिनं चांदीची कुपी घेतली आणि जॅकच्या दफनभूमीच्या शोधात निघाली. वाटेत येणारी संकटं, अडथळे– कशाकशाचीही तमा न बाळगता.

सूर्यकिरणांची धग तिला जाणवेना. समुद्रातील लाटांचं थैमान तिला भिववू धजेना. सरतेशेवटी ज्या वाळवंटाच्या हद्दीपासून जॅक युद्धभूमीवर जाण्यासाठी निघाला होता, त्या ठिकाणी ती येऊन पोचली.

लोकांनी पाहिलं कुणी वृद्धा भ्रमिष्टावस्थेत चालली आहे. त्यांनी तिला थांबवण्याचा प्रयत्न केला.

''अशा एकट्या पुढं जाऊ नका, वाट बरी नाही, तिथं चोराचिलटांची भीती आहे,'' असंही सांगितलं, पण लिली काही घाबरली नाही.

''मी एक वृद्ध स्त्री आहे. माझा अंतकाल समीप येत आहे. मला त्वरा केली पाहिजे. जॅकचं हृदय त्याच्या ताब्यात दिलं पाहिजे,'' असं ती साऱ्यांना सांगत राहिली.

एवढ्यात गुंडांची टोळी तिथे हजर झालीच. भयावह दिसणाऱ्या गुंडांनी तिच्यावर हल्ला केला. ती कुपी हस्तगत केली आणि आपल्या म्होरक्याकडे सुपूर्द केली. तिने त्या लोकांना आपल्या आणि जॅकच्या अतूट प्रेमाविषयी सांगितलं, पण त्यांच्यावर याचा काही परिणाम झाला नाही. उलट तिच्याविषयी आपल्या म्होरक्याला सांगत असता अशा स्त्रीची आणि तिच्या प्रेमाची टिंगलटवाळी करण्यास मात्र ते विसरले नाहीत. हा म्होरक्या दुसरा– तिसरा कुणी नसून स्वत: जॅकच होता. हे सारं ऐकलं अन् तो हेलावून गेला. त्याच्यातील माणूस जागा झाला. इतकी वर्षं ज्याला तो पारखा झाला होता तेच त्याचं हे हृदय होतं. त्यानं ती कुपी उघडताच त्याचं हृदय बोलकं झालं–

''आज तू कोण आहेस, याची ओळख मात्र तू आपल्या वधूला देऊ नकोस. तू या जगात नाहीस हेच सत्य कायम राहू दे.''

काहीही न बोलता जॅकनं ती कुपी बंद केली आणि आपल्या साथीदारांकडे सोपवली. ती कुपी त्वरित त्या स्त्रीला परत केली पाहिजे हेही सांगितले.

जॅकच्या साथीदारांनी ठरवलं, की चांगल्या हिरवळीवर असलेल्या एखाद्या मृत व्यक्तीच्या स्मारकाची जागा दाखवून सांगावं की, याच ठिकाणी जॅक चिरनिद्रा घेत आहे. पण त्यांनी असा विचार केला, की ती कुपी आपल्याकडेच ठेवावी आणि तिला कोणतंही एखादं मृत व्यक्तीचं स्मारक दाखवावं.

बिचारी लिली! तिचं जॅकवर तारुण्यात असलेलं प्रेम या वृद्धावस्थेत तिळमात्रही कमी झालेलं नव्हतं. तिनं आपलं हृदय छातीतून बाहेर काढलं आणि त्याच्या स्मारकाची जी जागा तिला दाखवण्यात आली त्या ठिकाणी जमीन उकरून तिनं आपलं हृदय पुरुन टाकलं.

त्याच जागी, त्याच मातीत एक फूल जन्माला आलं. तिचंच नाव सांगणारं. लिली.

नववधूंचं आवडतं फूल– लिली.

दफनविधीसाठी अपरिहार्य असलेलं फूल– लिली.

लिली-प्रतिक आहे विश्वासाचं, निरागसतेचं आणि उमद्या सात्त्विक मनाचं.

◆

कॅमेलिया
(Camellia)

कॅमेलियस नावाचे एक धर्मपरायण साधू होऊन गेले. जीवनविषयक अंतिम आणि पूर्ण सत्य काय आहे, ते लोकांना समजावून सांगावं, यासाठी त्यांना जपानला पाठवण्यात आलं. तेव्हा त्यांना पुसटशीही कल्पना नव्हती की, आपल्यासारख्या कठोर, धर्मप्रिय आणि नीतिमंत साधकांनाही पापवृत्तीकडे आकृष्ट करतील असेही काही विलक्षण जीवमात्र जगात अस्तित्वात असतील. कॅमेलियस यांनी सर्व ऐहिक सुखांचा त्याग करण्याची शपथ घेतलेली होती. परम कठोरतेनं स्वत:च्या शरीराचं शुद्धीकरण करून घेतलेलं होतं. इतकंच नव्हे तर ज्या ठिकाणी गेल्यावर शरीर, मन काही लोभांकडे खेचलं जाईल, अशा ठिकाणांना भेटी देणंही त्यांनी वर्ज्य केलं होतं. त्यामुळेच आपलं ब्रह्मचर्य परमेश्वराला मान्य आहे, आणि जपानी लोकांना खिस्तधर्माची दीक्षा देण्याच्या प्रयत्नात तो आपल्याला योग्य ते सहाय्य आणि मार्गदर्शन करेल, असा आत्मविश्वासही त्यांना वाटत होता.

कॅमेलियस दीर्घकालीन वास्तव्यासाठी जपानमध्ये आले होते. 'लेन्ट' सप्ताहाच्या पूर्वतयारीसाठी ते दररोज संध्याकाळी जंगलात जाऊन औषधी वनस्पती गोळा करत व झाडांवरील टोळ पकडून, त्यांना जाळून, त्यापासून धागे तयार करत असत. तिथं एक हिरवंगार झाड होतं आणि त्यावर तितकेच हिरवे टोळ शेकडोंच्या संख्येनं चिकटून राहिलेले होते. एखाद्या दिवशी सारे पकडून न्यावेत आणि दुसऱ्या दिवशी पुन्हा पाहावं, तर पुन्हा तेवढेच टोळ नव्यानं हजर असायचे.

एक दिवस काय झालं, कॅमेलियस आपल्या प्रवचनाच्या निमित्ताने एका खेडेगावी गेले होते. बायबलमधील काही दाखले श्रोत्यांना समजावून सांगितल्यावर फिरत फिरत ते एका जंगलाजवळ येऊन पोहोचले. एव्हाना जवळजवळ मध्यरात्र झालेली होती. पौर्णिमेचा चंद्र झाडांमागून संपूर्ण रूपदर्शन देत होता. झाडं नि:स्तब्धपणे उभी होती. इतकंच नव्हे, तर झाडांवरील टोळही काही मंत्रांच्या प्रभावाखाली असावेत त्याप्रमाणे शांत होते. कदाचित कॅमेलियसना त्यांच्या गुणगुणण्याची एवढी सवय पडून गेलेली असावी, की त्यांना ते नव्यानं ऐकूही येत नसावं.

आजचा एक दिवस पुनश्च सत्कार्यामध्ये व्यतीत झाला होता. परमेश्वराचे आभार

मानण्यासाठी नकळत कॅमेलियसनी हात जोडले. नजर उंचावली. एवढ्यात, गर्द झाडीतील पानांमधून खळाळतं हास्य वारंवार त्यांच्या कानांवर पडू लागलं.

"हा: हा: हा:"– कुण्या मुलीच्या हसण्याचा आवाज ऐकू आला आणि त्यापाठोपाठ एक खारीसारखा चपळ प्राणी या फांदीवरून त्या फांदीवर झेपावू लागला. आपले मण्यासारखे शुभ्र दात दाखवत.

"बहुधा सैतानानं याला पाठवलं असावं. आपलं मायाजाळ माझ्यावर पसरवण्यासाठी." कॅमेलियस आपल्याशीच उद्गारले आणि अशा प्रसंगी जसा ख्रिस्त धर्मियांचा रिवाज असतो, त्याप्रमाणे त्या दिशेनं पाहत, क्रूसावर हात ठेवत त्यांनी भगवान येशूचं स्मरण केलं. त्यांना माहीत होतं, की सैतानदेखील क्रुसाला घाबरतो. पण ही धिटुकली मात्र जराही बुजली नाही. नव्हे, कॅमेलियसनी क्रुसाला केलेल्या नमस्काराचा आणि जोडलेल्या हातांचा अर्थ तिला निराळाच भासला. तिला वाटलं, आपण अधिक निकट यावं, यासाठी कॅमेलियसनी आपल्याला दिलेलं हे निमंत्रणच आहे. त्यामुळे तिचं हसणं न थांबता उलट ते अधिकच वाढलं. सर्वात खालच्या फांदीवर ती येऊन बसली. आता तिचे पाय कॅमेलियस यांच्या चेहऱ्याजवळ इतके समीप येऊन पोहोचले की ते जवळजवळ त्यांच्या भुवयांपर्यंत येऊन भिडले.

कॅमेलियस कमालीच्या बुचकळ्यात पडले. चमकून पाहू लागले, की हा प्राणी आहे तरी कोण! ही धिटुकली आपल्या रंगामुळं हिरव्या पानांशी एवढी एकरूप होऊन गेली होती! पाय किंचित पांढुरके दिसत होते तर तिचे केस चंद्रप्रकाशात संपन्न पुष्पसंभाराप्रमाणे भासत होते.

"तू आहेस तरी कोण?" कॅमेलियसना उत्सुकता स्वस्थ राहू देत नव्हती.

उत्तरादाखल पुन: हसणं.

"तू स्त्री आहेस का?"

तिनं मानेनंच नकार दिला.

"मग कोण आहेस ते सांग. तुझं नाव सांग मला."

"माझं नाव द्रियाद. मी या झाडाचा आत्मा आहे. मला नको असलेले टोळ काढून नेऊन तुम्ही माझी सुटका केलीत, त्याबद्दल तुमचे आभार मानण्यासाठी मी आले आहे." असं म्हणत म्हणतच द्रियाद त्यांच्या हातांवर झेपावली व त्यांच्याशी अधिक जवळीक साधण्याचा प्रयत्न करू लागली. कॅमेलियस तिच्या या वागण्यामुळे एवढे प्रभावित होऊन गेले की तिला आपल्यापासून दूर लोटण्याऐवजी त्यांनी तिला आपल्या दिशेनं खेचून घेतलं. इतकंच नाही, तर इतक्या स्वर्गीय सुखाचा अनुभव आपण यापूर्वी कधी घेतलेला नाही, अशी कबुलीही त्यांनी आपल्या मनाशी देऊन टाकली.

"आता याहून अधिक काळ मी थांबू शकत नाही. नाही तर माझं झाड

माझ्याविना कोमेजून जाईल.'' असं म्हणत म्हणत कॅमेलियस यांच्या हातांच्या पकडीतून स्वतःची सुटका करून घेत द्रियादनं झाडावर उडी मारली आणि पानाफुलांत दिसेनाशी झाली.

कॅमेलियस चटकन भानावर आले. एवढ्या निग्रहानं आपण घेतलेली ब्रह्मचर्याची शपथ आज मोडली, याची वेदनामय जाणीव त्यांना टोचू लागली. अतीव मानसिक वेदनेनं ग्रासून हळूहळू ते घराच्या दिशेनं पावलं टाकू लागले. आता काय करायचं? भगवंताच्या सेवेसाठी आपण आता पात्र नसल्याचं जाहीर करावं का?

तप्त मन आणि क्षुब्ध विचार– दोन्हीही वाहत्या वाऱ्याच्या झुळुकीबरोबर शांत होऊ लागले. खरंच काही गुन्हा घडला होता का त्यांच्या हातून? खरंच काही शपथ भंग पावली होती का? त्यांनी द्रियादच्या सहवासाचा, तिच्या स्पर्शाचा आनंद अनुभवला होता हे खरं. पण हा स्पर्श होता एका आत्म्याचा. स्त्रीदेहाचा नव्हे. आत्म्याला हाडामासाचं शरीर नसतं. द्रियाद ही कुणी चेटकीणही नव्हती. नाही तर तिला क्रुसाचं भय तरी वाटलं असतं. शिवाय, महान पवित्र ग्रंथांमध्ये असं कुठं लिहिलं आहे की, एखाद्या आत्म्याशी संपर्क ठेवू नये? कॅमेलियस यांनी पुनः पुन्हा आपल्या मनाची समजूत घातली की, आपण जे केलं, जसं वागलो, त्यात वावगं काही नाही. आपण कुण्याही स्त्रीच्या मोहाला शरण गेलेलो नाही.

त्यांना आता हायसं वाटलं. इतकं, की त्यांनी आनंदानं शीळ घालण्यास सुरुवात केली.

त्या दिवशी मध्यरात्री कॅमेलियस पुन्हा त्या जंगलात आले. सहजच. काही उत्सुकतेनं म्हणा हवं तर.

''द्रियाऽ द, द्रिऽ याऽऽद''– पानांच्या दिशेनं मान उंचावत ते हाका मारू लागले.

''हा: हा: हा:! पानांची सळसळ सुरू झाली आणि क्षणार्धात द्रियाद कॅमेलियस यांच्यापर्यंत येऊन पोहोचली. आजच्या भेटीसाठी त्यांनी एक खास निमित्त शोधून काढलं होतं. द्रियाद जवळ येताच ते म्हणाले,

''द्रियाद, मी सहजच आलो. म्हटलं, पहावं, हे टोळ अजूनही तुला त्रास देतात की नाही.''

''सांगू का, अगदी वरच्या फांदीवर एक लोचट टोळ बसला आहे. तुम्ही जर त्याला पकडून दिलंत, तर फार आभारी होईन मी तुमची.'' तिच्याकडून आभाराचे शब्द ऐकण्यासाठी आसुसलेले कॅमेलियस! त्यांनी आपल्या पायघोळ झग्याची टोकं पकडून ती आपल्या पट्ट्यामध्ये खोवली आणि झाडावर चढून झाडाच्या सर्वात वरच्या फांदीपर्यंत पोहोचण्याच्या तयारीस लागले. द्रियादसमोर आपण कुठंही उणं भासू नये, म्हणून ते वरचे वर तिच्या टाचेला धरून तिचा वेग कमी करू लागले.

अखेर, पकडलं एकदाचं त्या लोचट टोळाला. ज्यांची अभिलाषा होती, ते आभारही पोहोचले. पण त्यानंतर झाडावरून खाली उतरण्यास मात्र ते राजी नव्हते. द्रियादचं हसणं ऐकत फांद्यावरून लोंबकळत राहणंच त्यांना अधिक आवडू लागलं.

जेव्हा झाडावरचा सर्वात शेवटचा टोळ पकडला गेला, आता मारण्यासाठी काहीच उरलं नाही, तेव्हा कॅमेलियसनी द्रियादचं प्रेम, तिचा हवाहवासा वाटणारा स्पर्श मिळवण्याचे नवनवे मार्ग हुडकून काढले. प्रत्येक नष्ट केलेल्या कीटकासाठी तिच्याकडून कॅमेलियस काही ना काही 'पारितोषिका'ची मागणी करू लागले. प्रत्येक कीटकाचा, टोळाचा जाळल्यानंतर धागा तयार होत असे. हे धागे जसे लांबत गेले, तसंच त्यांचं प्रेमही वृद्धिंगत होत राहिलं.

हिवाळ्याचे दिवस जसजसे जवळ येऊ लागले, तसं एक दिवस द्रियाद कॅमेलियसना उद्देशून म्हणाली,– "हे पहा, आता उद्यापासून काही तुम्ही येऊ नका. माझं झाड हिवाळ्यातील दीर्घनिद्रेची तयारी करत आहे आणि मलाही मोठ्या विश्रांतीची गरज आहे."

झालं. कॅमेलियसना फार धक्का बसला. द्रियाद हा त्यांच्या आयुष्यातील आनंदाचा ठेवा होता. तिच्याशिवाय एखादा आठवडा, महिना किंवा काही महिने ते कसे राहू शकणार होते? आणि झाडाच्या त्या लहानशा ढोलीत द्रियादचा तो एवढासा जीव थंडीत कसा तगू शकणार होता? ते काही नाही. तिचा जीव वाचवण्यासाठी आपण काही धडपड करायला हवीच. विचाराला वेळ नव्हता. नाही तर काही दुसरा मार्ग काढला असता. त्वरित काही तरी हालचाल करायला हवी होती. त्यांनी द्रियादला आपल्या हातांमध्ये घट्ट धरून ठेवलं आणि आपल्या पायघोळ झग्यामध्ये झाकून धरत ते तिला आपल्या घरी घेऊन जाण्यास निघाले.

चालत असता कॅमेलियस सतत तिच्याशी काहीतरी बोलण्याचा प्रयत्न करत होते, पण ती बोलेल कशी? तिचा चेहरा तर त्यांच्या झग्यात बंद होऊन गेला होता. घरी येताच जेव्हा त्यांनी काळजीपूर्वक तिला आपल्या बिछान्यावर बसवलं तेव्ही ती कुरकुरू लागली

"अरे रे! हे तुम्ही काय केलंत! आता माझं झाड माझ्याविना कोमेजून जाईल ना?"

"जाऊ दे कोमेजून. जंगलात इतर झाडं काय कमी आहेत?" कॅमेलियस तिची समजूत घालू लागले.

"तुम्हाला समजत कसं नाही? माझं झाड जर सुकून गेलं, तर मीही मरून जाईन ना?"– द्रियाद दुःखानं बोलली. तिच्या डोळ्यातून आसवं गळू लागली.

"ही केवळ तुझी अंधश्रद्धा आहे. अशा विचारांपासून कशी मुक्ती मिळवायची, हे मी तुला शिकवेन." कॅमेलियस अजूनही आपल्या विचारांशी ठाम होते.

वसंताचे वारे खेळू लागले. पानांना नवी पालवी फुटू लागली. द्रियाद फार फार खिन्न झाली. झुरून झुरून क्षीण होऊ लागली. विनवणी करू लागली.

''मला माझ्या झाडाकडे परतायचं आहे. मला माझ्या घरी घेऊन चला.''

कॅमेलियस आनंदानं तयार झाले. त्यांना वाटलं, जंगलातील ताज्या हवेनं तिला पुन: हुरूप येईल.

कॅमेलियस द्रियादला घेऊन जंगलात, तिच्या झाडापाशी आले. जेव्हा त्यांनी तिला तिच्या झाडाच्या सर्वांत खालच्या फांदीवर बसवलं, तेव्हा ती उसासे टाकत, दु:खीकष्टी होऊन म्हणाली,

''अरे रे! माझं झाड काही तगू शकलं नाही माझ्याविना!''

आणि कॅमेलियस यांच्या नजरेसमोर ती क्षीण होऊ लागली. क्षणभर तिचे सुंदर केस फुलांप्रमाणे लकाकल्याचा भास झाला, पण क्षणभरच. द्रियाद दृष्टीआड जाऊ लागली.

कॅमेलियस आता मात्र कासावीस झाले.

''नाही, द्रियाद नाही! तू काहीच न बोलता अशी मला सोडून जाऊ नकोस.''

एक क्षीण आवाज ऐकू आला.

''आहे. झाडाच्या अगदी वरच्या फांदीमध्ये अजूनही प्राण आहे. त्वरा करा. ती तोडा आणि लगेचच जमिनीत रोवून टाका.''

कॅमेलियस उठले, ती फांदी तोडून जमिनीत रोवली आणि जड पावलांनी, दु:खी मनानं परत फिरले.

कालांतरानं त्या रोवलेल्या फांदीचा विस्तार रोपट्यात– वृक्षात झाला. तिला शेंदरी रंगाची फुलं आली. इतकी, की मोजताही येऊ नयेत.

ही फुलं प्रथमत: फुलली जपानच्या भूमीत.

खूप वर्षं लोटली. एक वयोवृद्ध साधू जपानहून युरोपास परत येत होते. त्यांच्याजवळ होती ती केवळ एक फुलदाणी. सहप्रवासी फुलदाणीतील फुलांचं सतत कौतुक करत होते. ते वयोवृद्ध साधू त्या फुलाला 'द्रियाद, द्रियाद' म्हणून हाका मारत होते. पण इतरांना मात्र या नावाचा उच्चार करणं कठीण वाटू लागलं. म्हणून त्यांनी तिचं नवीन नामकरण केलं. तिच्यावर लुब्ध झालेल्या त्याच वृद्ध साधूची आठवण म्हणून–

''कॅमेलिया.''

आणि हे वयोवृद्ध साधू कोण होते, हे वेगळं सांगायला हवं?

◆

स्त्रीरुपातील व्हायोलेट
(Dame's Violet)

उन्हाळ्याचे दिवस होते. आज सर्वांना हवाहवासा वाटणारा सण साजरा व्हायचा होता. तोही रात्रीच्या प्रहरी. माणसं नाच, गाणी, थट्टा–मस्करी यांचा आनंद घेण्यासाठी एकत्र जमली होती. दूरवरून या जल्लोषाचा अंदाज येऊ शकत होता.

पण या साऱ्या आनंदी वातावरणात एक जीव मात्र दुःखी, कष्टी होता. तो या गजबटापासून दूर राहिला होता. ज्या कुणाचं नाव 'जानिस' होतं, त्या प्रत्येकाच्या नामकरणाचा हा उत्सव होता आणि या एकट्या जिवाचं नावही होतं जानिस. एरव्ही नाच, गाणी म्हटलं की त्याला कोण उत्साह येत असे. पण दरवर्षी या सणाच्या वेळेस मात्र तो भारी उदास होऊन जायचा.

"बळे बळे लवकर झोपण्याचा प्रयत्न करावा तर त्यात काही अर्थ नाही. ही माणसं नाहीतरी मला झोपू द्यायची नाहीत" जानिस कुरकुरत म्हणाला. उठला, बाहेर जाण्यासाठी तयार झाला आणि घराबाहेर पडला. गर्दीपासून लपतछपत तो घनदाट जंगलात येऊन पोहोचला.

जंगलाचा विस्तार प्रचंड होता. त्यातील झाडं उंच, विशाल पर्णसंभाराची होती. त्यांचे भले मोठे बुंधे पाहिले, की वाटायचं, जणू समस्त जंगल हे एक भव्य मंदिर आहे आणि हे बुंधे त्या मंदिराला आधार देणारे स्तंभ आहेत.

त्या दिवशी नक्की कोणत्या शक्तीनं त्याला दूरवर, जंगलापर्यंत खेचून आणलं होतं, ते जानिसला समजलं नाही. माणसं या जंगलाविषयी नाना दंतकथा सांगायची. आपल्याला इथं यायला भीती वाटते, हे सांगायला कुणी कबूल नाही व्हायचं, पण जो खऱ्या, निधड्या छातीचा वीर असायचा, तोच केवळ अंधार पडल्यानंतर इथं यायला धजावत असे.

जानिससुद्धा सहसा या जागी येण्याचं टाळत असे. पण जेव्हापासून झेन– त्याची प्रेयसी नाहीशी झाली होती, तेव्हापासून मात्र जणू सवयीनं त्याची पावलं नेहमी इकडेच वळायची. हे असं अखंडपणे गेली तीस वर्षं चाललं होतं. त्याचं फुलांचं वेड सतत वाढतच राहिलं होतं. त्याला वाटायचं हे एकच ठिकाण असं आहे की, जिथं मनःशांती मिळू शकते. मग त्याला भुलवणारा हा झाडाचा गंध

होता, पक्ष्यांचा चिवचिवाट होता, की फुलांचा मादक सुवास होता, हे मात्र त्याला सांगता नाही यायचं.

विशेषत: या दिवसात जानिस फार अस्वस्थ होऊन जाई. त्याला निद्रानाशाचा विकार जडायचा. रात्रीमागून रात्री तो जंगलामधून हिंडत राहायचा आणि अखेर जंगलात एके ठिकाणी येऊन थांबायचा. तिथं मोठ्या संख्येनं त्याची आवडती फुलं उमललेली असायची. तिथेच जमिनीवर पालथा पडून तो त्यांचा मादक सुवास घेत राहायचा.

कधी चुकूनही एखादं फूल खुडून घ्यायचं त्याच्या जिवावर येई. फुलझाडांची ती मुळं, ते देठ, त्या पाकळ्या इतक्या काही नाजूक असायच्या, त्यांचा बहर इतका काही मनोरम असायचा, की त्याला वाटायचं, एखाद्या फुलाला नुसता स्पर्श जरी केला, तरी त्यांच्यावर तो अन्याय होईल.

'स्त्रीरुपातील व्हायोलेट'ची (डेम्स व्हायोलेट) ही फुलं त्याला एवढी प्रिय असण्याचं कारण म्हणजे झेनचंही या फुलांवर तेवढंच प्रेम होतं. सकाळी–संध्याकाळी जेव्हा जेव्हा ती त्याच्या भेटीला यायची, तेव्हा अलौकिक सुवासाची ही फुलं ती घेऊन यायची आणि सारा आसमंत रोमांचक होऊन जायचा.

त्या रात्री तो जंगलात आला, तेव्हा या फुलांचा गंध सर्वत्र भरून राहिला होता. मेणबत्त्या एकसारख्या रांगेत उभ्या राहाव्यात त्याप्रमाणे ही फुलं आकाशाच्या दिशेनं तोंड करून उभी होती– स्वर्गाच्या दिशेनं आपल्या सुगंधाची उधळण करत.

या ठिकाणी जानिस येऊन पोहोचला आणि जमिनीवर पालथा झोपून राहिला. मनात विचार चालला होता, तो केवळ झेनचा. तिला नाहीशी होऊन आजवर तीस वर्षं उलटून गेली होती; पण तरीही जागेपणी, झोपेत चिंतन चालायचं, ते फक्त तिचंच.

आज जुन्या दिवसांच्या आठवणी पुन: त्याच्या मनात गर्दी करू लागल्या...

त्यावेळेस जानिसचं वय होतं अवघं चोवीस वर्षांचं. एक स्त्री आपल्या मुलीला– झेनला घेऊन त्याच्या शेतावर राहण्यासाठी आली. झेन स्वभावानं अगदी लाजरी– बुजरी होती, पण पावलांनी मात्र हरणासारखी चपळ. समोर ती फारशी यायची नाही. त्यामुळं ओळख होण्यापूर्वी त्याला फक्त तिच्या केसांच्या कुरळ्या बटा दिसल्या होत्या, एवढंच. तिच्या आईला औषधी वनस्पतींची आणि त्यांच्या गुणधर्मांची चांगली जाण होती. पण आता वयोमानानुसार स्वत: जंगलात जाऊन त्या गोळा करणं तिला जमायचं नाही. म्हणून या कामावर ती आपल्या झेनला पाठवायची. कधी कधी ती भल्या पहाटे निघायची आणि परत यायची ती न्याहरीच्या वेळेस दवबिंदूंनी चिंब भिजलेली असायची आणि बरोबर असायची काही दुर्मिळ फुलं आणि वनस्पती. कधी दुपारी जायची, तर कधी रात्री उशिराही. नक्की कोणत्या वनस्पती

गोळा करायच्या, यावर तिच्या जाण्याची वेळ अवलंबून असायची.

काही दिवस गेले आणि जानिस आणि झेन यांची गट्टी जमून गेली. यानंतर तोही तिच्याबरोबर सोबतीसाठी जंगलात जाऊ लागला. जंगलातील रोजचा तो फेरफटका मोठा अविस्मरणीय असायचा. झेनला सारी झाडं आणि पानंफुलं, पक्षी यांची गुपितं ठाऊक असायची. त्या पक्ष्यांची सारी गाणीही तिला अवगत असायची. फुलं वेचून झाली की शीळ मारून ती आपल्या पक्षीमित्रांना साद घालत असे. इतकंच नाही, तर कोणत्या फुलाच्या सुवासानं कोणती स्वप्नं जागी होतात, हेही तिला माहीत होतं. कधी कधी खट्याळपणानं ती त्याची गंमत करायची. संध्याकाळी काही फुलं आणून द्यायची आणि दुसऱ्या दिवशी सकाळी बिनचूकपणे सांगायची, आदल्या रात्री कोणतं स्वप्न त्यानं पाहिलं होतं.

उन्हाळ्यामध्ये नेमानं येणारा फुलांचा सण आता जवळ येत चालला होता. झेन विचित्ररीत्या बदलत चालली. गंभीर होऊ लागली. कधी कधी रात्रीच्या वेळी एकटीच जंगलात फिरायला जाऊ लागली. कधी जानिसनं यामागचं कारण विचारलंच, तर ते तिला सांगताही नाही यायचं. सांगायची, ते एवढंच. "जेव्हा जेव्हा मी जंगलात येते, तेव्हा मला काही आवाज ऐकू येत राहतो. मला कुणी जणू काही सांगत असतं, हाक मारत असतं. हा आवाज ऐकून मला काहीशी भीतीही वाटते आणि थोडासा आनंदही होतो. पण हे हाक मारणारं कोण, हा आवाज कोणाचा, हे मात्र मला सांगता यायचं नाही."

ऐन सणाच्या दिवशी दोघांनीही शेकोटी केली आणि आनंद साजरा करू लागले. हास्यविनोद रंगात येताच एकमेकांवर फुलांची उधळणही होऊ लागली.

एवढ्यात झेन उठून उभी राहिली आणि म्हणाली–

"जानिस, जंगलामध्ये एक आगळंवेगळं फूल उमललं आहे. मला दूरुनच त्याचा वास येत आहे. त्याचा मोहक गंध तुझ्या स्पर्शापेक्षाही मला अधिक प्रिय वाटतो. आज हे फूल मला तुझ्यासाठी खुडून आणायचं आहे. जाऊ दे मला. माझी वाट पहा."

शेकोटीपाशी बसून जानिस तिची वाट पाहू लागला. बराच वेळ झाला, पण ती काही आली नाही. तेव्हा जानिस तिच्या शोधात निघाला. तिला हाका मारू लागला. तिनं उत्तर दिल्याचा भासही झाला. जेव्हा तो या आवाजाच्या रोखानं निघाला, तेव्हा झेन मात्र कुठंच दृष्टीस पडली नाही. होती ती केवळ नीरव शांतता आणि स्तब्धता. एवढ्यात तिचं हसणं त्याला पुन्हा ऐकू आलं. पण आता दुसऱ्या दिशेनं.

"झेन, झेन अशी समोर ये ना. अशी का म्हणून थट्टा चालवली आहेस माझी?"– जानिस चालता चालता हाका मारत राहिला. आपल्याशीच बोलत राहिला.

फार थकून गेला जानिस. भारी राग आला त्याला. थट्टा–मस्करी ठीक आहे, पण हे– हे मात्र फारच झालं. असा हा जीवघेणा खेळ, तोही रात्रभर चालावा, आणि ती रात्रही अशा प्रिय उत्सवाची असावी ना?

दुसरा दिवस गेला, रात्रही उलटली, पण झेनचा मात्र पत्ता नव्हता. तिच्या घरची माणसं आणि जानिस तिच्या शोधात बाहेर पडले. त्यांनी जंगलाचा कानाकोपरा पालथा घातला, पण व्यर्थ. सारी माणसं घरी परतली, पण जानिस मात्र एकटाच मागं राहिला. जंगलात सैरवैर एकटाच भटकत राहिला. झेनच्या नावाचा अक्षरश: जप चालू होता. जंगलाच्या मध्यावर आला, आणि एका फुलापाशी येऊन थांबला. असं सुंदर फूल त्यानं यापूर्वी कधीच पाहिलं नव्हतं. त्याचा सुवास मनाला धुंद करणारा होता.

"हे.... हे बहुधा तेच फूल असावं. झेनला माझ्यापासून हिरावून नेणारं. माझ्या स्पर्शापेक्षा तिला अधिक हवंहवंसं वाटणारं."

जानिस स्वत:शीच पुटपुटत राहिला. रागारागानं हे फूल तो खुडूनच घेणार होता, एवढ्यात त्याचा पाय एका झुडुपात अडकून तो खाली कोसळला. तळहात आणि गुडघ्याला जखमा होऊन त्यातून रक्त येऊ लागलं.

तो एका दुसऱ्या झुडुपापाशी गेला आणि त्याच्या पानांनी रक्त पुसून टाकू लागला. क्षणभर त्याला वाटलं, केवळ एखादं फूल सुवासिक आहे, म्हणून त्याच्यावर राग काढणं किती वेडेपणाचं होतं!

एक वर्ष गेलं, दोन गेली. बघता बघता दहा वर्षांचा काळ उलटला. झेन काही परतली नाही. ती झेन त्याच्या आयुष्यात केवळ एक आठवण होऊन राहिली. एखादं जवळचं माणूस हरवून गेल्यावर जशी अवस्था व्हावी, त्याप्रमाणे जानिस सतत तिची आठवण करत राहायचा. कधी कधी वाटायचं, आपण स्वत:च या एकाकी आयुष्याचा अंत करून टाकावा, पण मोठ्या कष्टानं तो आपल्या मनाला आवर घालत राही.

एक दिवस तो जंगलात फिरत असताना स्त्रीरुपातील 'व्हायोलेट'च्या फुलांचा सुवास सतत वाढत असल्याचं त्याला जाणवत राहिलं. धुक्याच्या दाट आवरणाप्रमाणे तो आपल्या अवतीभोवती पसरत चालल्याचं त्याच्या लक्षात आलं. त्या धुक्याला हळूहळू आकारही मिळू लागला. पाहता पाहता त्या रेखांमधून एक मोहक आकृती तयार झाली. जसजशी ती स्पष्ट होऊ लागली, तसतशी झेनची छबी स्पष्ट होऊ लागली. ...झेन...हो, झेनच होती ती, त्याच्याजवळ येऊन, गुडघे टेकून झेन उभी राहिली. हलकेच आपले ओठ तिनं त्याच्या कपाळावर ठेवले.

जानिसच्या आनंदाला उधाण आलं. "झेन, झेन" असं म्हणत म्हणत त्याला हर्ष अनावर होऊ लागला आणि तो शब्दांतून बोलका होऊ लागला...

"झेन, तू अखेर सापडलीस. भेटलीस मला. किती वर्ष तू मला अशी एकट्याला टाकून गेली होतीस. वार्धक्यानं डोक्याचे केसही पिकले माझ्या. मला तर वाटतं, मी या डोंगरदऱ्यांपेक्षा वृद्ध झालो आहे."

सुवासाचा एक झोत त्याच्या बाजूनं आला आणि त्यापाठोपाठ झेनचा आवाजही.

"जानिस, तुला आठवतं, त्या रात्री, तीस वर्षांपूर्वी मी तुझ्यासाठी एक खास फूल खुडून आणायला बाहेर पडले होते. या जंगलातील एक अदभुत शक्ती मला खेचून तुझ्यापासून दूर घेऊन गेली. कुणाचा तरी आवाज मला बरेच दिवस साद घालत होता. पण मला तेव्हा काहीच समजायचं नाही, कुठून, कसा आणि कोणाचा हा आवाज ऐकू येत असायचा. या अद्‌भुत शक्तीस ठाऊक होतं, माझं तुझ्यावर किती प्रेम आहे. म्हणून मला भुलविण्यासाठी त्या शक्तीनं एका फुलाचं रूप घेतलं. माझं फुलाचं वेड त्या शक्तीला माहीत असावं. मला हे फूल तुझ्यासाठी, केवळ तुझ्यासाठी आणायचं होतं. मी निघाले आणि चालत राहिले. त्या सुवासाच्या मागे, मागे जात राहिले."

त्याच रात्री, याच ठिकाणी त्या अद्‌भुत शक्तीनं मला इथं पकडून ठेवलं आणि सांगितलं, की बरेच दिवस माझ्यावर तिचं लक्ष होतं. मी त्या शक्तीसमवेत पत्नी होऊन राहावं, असं तिनं सांगितलं. मी कायम जंगलातच रहावं असं मला वारंवार सांगितलं गेलं. मी मनानं तुला वरलं आहे, दुसऱ्याची पत्नी होऊन मी इथं राहणं शक्य नाही, असं मी सतत बोलत राहिले. तू येऊन नक्की माझी सुटका करशील असंही मी ठामपणे सांगत राहिले. मी तुझी फार फार वाट पाहत राहिले, आशेनं आणि विश्वासानं.

तू दुसऱ्या दिवशीही आला होतास. एकटाच. आणि जिथं मी उभी होते, त्या जागेच्या अगदी समीप येऊन पोहोचलास. पण ती दुष्ट शक्ती धारण करणारा राक्षस तिथंच होता. तुझ्या नजरेपासून मला लपवण्यासाठी त्यानं तत्क्षणी माझं फुलात रूपांतर केलं. जर त्याच रात्री तू मला खुडून घेतलं असतंस ना, तर माझं रूपांतर पुनः झेनमध्येच झालं असतं. तुला जाताना त्यानं पाहिलं आणि त्यानं मला एका रूक्ष फुलाच्या रोपटयात बदलून टाकलं. हेच मूळ तुझ्या पायात आलं, आणि तुला ठेच लागून तू खाली पडलास. तुला जखमाही झाल्या आणि त्या धुण्यासाठी तू झऱ्याच्या बाजूनं निघून गेलास. तुला आठवतं?

गेली तीस वर्षं मी तुझी वाट पाहत राहिले. तू येशील, हे फूल खुडून नेशील म्हणून. पण तुझा हळवा स्वभाव माझ्या निराशेला कारणीभूत झाला. तुला फुलं खुडून घ्यायला आवडत नाही, मुळं उपटून घ्यायला तर त्याहूनही नाही. आणि एवढी सारी वर्षं त्या दुष्टाचा तगादा माझ्या मागं चालू राहिला आणि मीही "नाही, नाही" म्हणत राहिले.

आता तीस वर्षं होऊन गेल्यावर माणसाचा जादूटोण्यावर काही इलाज चालत नाही, असं म्हणतात. आता मला इथंच राहिलं पाहिजे. माझ्यासारख्या अशा किती मुली इथं खितपत पडलेल्या आहेत, आहे ठाऊक तुला? त्यांनाही त्यांच्या विवाहापूर्वी असंच पळवून आणलेलं होतं. पाहिलेस, त्याही अशाच उभ्या आहेत. आपल्या प्रियकराची वाट पाहत निष्ठेसाठी प्राण देणाऱ्या. कारण या दुष्टात्म्याला दया ठाऊक नाही. तू मला त्याच रात्री का बरं खुडून नाही घेतलंस?

पाहता पाहता आकृती विरून गेली. धुकंही नाहीसं झालं. मागं उरला, तो केवळ सुगंध.

जानिस आक्रोश करत राहिला. त्याच्या हातात एक नाजूक फूल होतं. स्त्रीरुपातील 'व्हायोलेट'चं.

झेन आपली आठवण मागं ठेवून गेली होती.

◆

मॅग्नोलिया
(Magnolia)

या फुलाची जन्मकथा जपानच्या मातीशी निगडित आहे. तिथे केईको नावाची एक छोटीशी मुलगी राहायची. तिला आई–वडील नव्हते आणि पाठीमागे मुलीसाठी काही पुंजीही ठेवून गेलेले नव्हते. लहानपणापासून आपल्या रोटीची चिंता तिला स्वत:लाच करायला लागायची.

एक छोटीशी मुलगी उदरनिर्वाहासाठी काय बरं करू शकते? ती कागदी फुलं करून रस्त्यावर विकत असे. अशी फुलं करून विकणाऱ्या तिच्यासारख्या अनेक मुली होत्या. माणसं किंमतही फार जुजबी द्यायची. त्यामुळे थोरामोठ्यांच्या मुली वापरतात, तसा 'किमोनो' पोषाख विकत घेणं बिचाऱ्या केईकोला शक्य नसायचं. नंतर जेव्हा ती वयात आली, तेव्हाही.

एक दिवस केईको आपल्या खोलीत काम करीत होती. एक छोटासा पोपट उघड्या खिडकीतून आत आला. त्याचे हिरवेगार पंख निस्तेज आणि मलूल दिसत होते. बिचारा आता वृद्ध झाला असावा. शिवाय, तो हुशारही दिसत होता, कारण आम्हा माणसांसारखंच त्याला बोलताही येत होतं.

पोपट उडत उडत केईकोपाशी आला आणि म्हणाला, "तू जर मला हाकलून लावलं नाहीस, तर मी तुला एक गुपित सांगेन."

"गुपित?"

"हो. श्रीमंत होण्याचं गुपित."

"प्रिय मित्रा!

मी का बरं तुला हाकलून लावीन? एक तर मला कुणीच मित्र नाहीत. आणि तुला तर बोलताही येतं. तू आत ये आणि आता इथंच, माझ्याबरोबर रहा. माझ्या गरिबीचाही स्वीकार कर आणि खरं सांगू, त्या श्रीमंतीबाबत विचारही नको करायला. कारण माझ्या लेखी श्रीमंत होणं, म्हणजे सूर्य चंद्रापर्यंत पोहोचणं आहे."

"आभारी आहे मी तुझा. तू एक चांगली मुलगी दिसतेस."– मान झुकवून पुढे पोपट म्हणाला,

"फुलं करून विकणाऱ्या जवळजवळ सगळ्याच मुलींवर मी लक्ष ठेवून होतो,

कारण मी एका नव्या मालकिणीच्या शोधात आहे. नंतर एक दिवस मी पाहिलं, तू तुझ्या आवडीचं एक छानसं फूल एका गरीब मुलीला दिलेस, जिला आईच्या उपचारासाठी पैशांची फार गरज होती.''

"तू का बरं नव्या मालकिणीच्या शोधात आहेस? पूर्वीच्या मालकिणीनं तुला हुसकावून लावलं का?''

"नाही, ती आता या जगात नाही'',– असं म्हणत पोपट फार उदास होऊन गेला... "पण तिचा अंत झाला, तो अति लोभानं.''

"म्हणजे, इतकी का ती गरीब होती? श्रीमंतीचा तिला इतका अतिरेकी हव्यास होता का?''

"नाही ग, खूप खूप श्रीमंत होती ती. पण तिला नेहमी वाटायचं, जे आहे, ते अपुरं आहे. आपला अखेरचा थेंबही तिनं सोन्यासाठी दिला.''– एवढं बोलल्यानंतर पोपटाची चोच थरथरू लागली.

"मला काही समजलं नाही तुझं बोलणं.''– केईको गोंधळून म्हणाली, "पण सोन्यासाठी कुणी रक्ताचा थेंब कसा देऊ शकेल?''

"ऐक. मी तुला सांगतो. माझी मालकीणही तुझ्यासारखीच होती. कागदी फुलं करायची आणि विकायची. एक दिवस तिला एका चेटकिणीनं एक गुपित उघडं करून सांगितलं, की जर ही कागदी फुलं तू तुझ्या रक्तात बुडवलीस, तर ती जिवंत होतील. आता खरी, 'जिवंत' फुलं किती पैसे मिळवून देतात, ते तुला माहीतच आहे. याहीपूर्वी माझी मालकीण श्रीमंत होतीच. चेटकिणीनं सांगितलं की, रक्ताचा शेवटचा थेंब मात्र खर्च करायचा नाही. नाहीतर, मरण अटळ आहे. आता यानंतर काय झालं, त्याची कल्पना तू करू शकतेस. तिला वाटायचं, आपण आणखी थोडे पैसे मिळवले, याहून अधिक पैसे वाचवले, तर... तर...? एका परदेशी माणसानं तिला भली मोठी रक्कम देऊ केली– एका छोट्याशा फुलासाठी. तिला मोह आवरेना । त्यातच तिचा अंत झाला. तिचे नातेवाईक येऊन नको– नको एवढं भांडले. तिनं आपल्यामागे ठेवलेल्या सोन्यासाठी–'' एवढं सांगून पोपट थोडा बोलायचा थांबला.

"पण तू तुझ्या मालकिणीला तशी पूर्वकल्पना का दिली नाहीस?''

"दिली होती तर! पण ही माणसं आमचं ऐकणार थोडंच?'' तिनं असं करू नये, म्हणून मी तिची लाख मनधरणी केली. "यावर तिनं मला काय सुनावलं, ठाऊक आहे? म्हणाली, तुझं डोकं ते केवढं? आणि त्यात बुद्धी ती केवढी? उगीच फुकाचे सल्ले मात्र देऊ नकोस.''

"छोट्या मित्रा, तू आता इथंच राहा. माझ्याजवळ आणि हो माझा सल्लागार.'' केईकोनं त्याला आपलं स्नेहाचं निमंत्रण दिलं.

तिनं आपल्या रक्तबिंदूंचं सिंचन करून वाढवलेली काही फुलं विकून जे पैसे मिळवले, त्यातून सिल्कचा एक 'किमोनो' विकत घेतला आणि छानसे सॅण्डल्सही. आपल्या दाट केसांची सुंदर केशरचना केली आणि त्यात एक सुंदर गुलाबाचं फूल खोवून दिलं. नटूनथटून ती एका दुकानाच्या खिडकीपाशी जाऊन उभी राहिली. एका सुंदर युवतीनं केईकोकडे पाहिलं, अन् हसून अभिवादन केलं. तिला त्या रात्री नृत्यासाठी येण्याचं निमंत्रणही दिलं.

केईको त्वरित तयार झाली. आयुष्यात प्रथमच ती युवक– युवतींच्या मेळाव्यात दाखल झाली. झगमगीत प्रकाशाला सामोरी गेली. नर्तक– नर्तिका फुलपाखरांइतक्या सहजतेनं नृत्य करत होते. एका तरुणानं हात पुढे करताच तिनं आपले हात त्याच्या हातात दिले. उपस्थितात तो सर्वांत देखणा, उमदा तरुण होता. त्याचं नाव होतं अरातुमी.

अरातुमी म्हणाला,

"केईको, तू एखाद्या उमलत्या कळीसारखी सुंदर दिसतेस. शिवाय, तू निष्पाप आहेस. तू कोणत्या महालात राहतेस? आणि काय ग, तुझ्यासारखी उच्चकुलीन मुलगी माझ्यासारख्या गरीब विद्यार्थ्यासमवेत नृत्य करण्यास कशी काय तयार झाली?"

केईकोला वाटलं, आपण सांगून टाकावं याला, आपली खरी परिस्थिती कशी आहे. जिथे आपण राहतो, त्या जागेला खोलीही म्हणता यायचं नाही. पण आता या क्षणी आपण कुण्या पुरुषावर मोहिनी घालू शकतो, हेच तिला महत्त्वाचं वाटत होतं. ती स्वप्नरंजनात दंगून गेली. खरंच, आपण या व्यवसायातून श्रीमंत होऊ शकतो, स्वतःसाठी आरसे महालही बनवू शकतो, हा विचारही तिला कोण हवाहवासा वाटू लागला आणि त्याच विचारमग्नतेत आपलं हे स्वप्न, जणुकाही ते सत्यात अस्तित्वात असावं, त्याप्रमाणे तिनं ते अरातुमीला सांगितलं. ती गप्प झाल्यावर अरातुमीनं हताश होऊन सुस्कारा सोडला.

"केईको, तू श्रीमंत आहेस, ही माझ्यालेखी किती खेदाची गोष्ट आहे! माझ्यासारखा विद्यार्थी अशा महालाचा उंबरठाही ओलांडू शकत नाही. तरीही, पुन्हा पुन्हा तुला भेटावसं मात्र फार वाटतं."

खरं सांगेपर्यंत आता खूप उशीर होऊन गेला होता. महाल कुठला, आपलं तर दीनवाणं खोपटंच आहे. तिथं राहून आपण कागदी फुलं करून विकतो. तरीही अरातुमीला भेटण्याची इच्छा मात्र तिला स्वस्थ बसू देईना! दुसऱ्याच दिवशी शहराच्या मध्यवर्ती बगिच्यामध्ये भेटण्याचं ठरवून ती दोघं आपापल्या वाटेनं परतली.

दोन प्रेमी जिवांना एकत्र यायला काय लागतं? हातात हात घालून फिरणं,

नजरानजरीचा बहाणा हुडकणं, एवढंच. आनंदी राहण्यास एवढंच पुरेसं होत.

भेटी वारंवार होत राहिल्या. जशी मनं एकत्र आली, तसा शारीरिक सान्निध्यालाही वेळ लागला नाही.

आणि एक दिवस...

"केईको,

प्रिय मैत्रिणी..."

नकळत अरातुमीच्या तोंडून शब्द उमटले. तो सुखाच्या अत्युच्च शिखरावर होता. एवढ्यात, त्याचा चेहरा अचानक काळवंडून गेला. आता आपल्याला हिचा कायमचा निरोप तर नाही ना घ्यावा लागणार?

"केईको,

"पण तुझे वडील एका गरीब विद्यार्थ्याच्या हातात तुझा हात कसा देतील?"

हे ऐकताच केईको हमसून हमसून रडू लागली. आणि रडत रडतच तिनं आपली सारी कहाणी त्याला सांगून टाकली. राजकन्या बनणं, महालात राहणं, ही सारी केवळ स्वप्नं होती. ती एक साधी, गरीब मुलगी होती. कागदाची फुलं तयार करून ती विकून पैसे मिळवणारी. एवढं सांगितलं आणि शरमेनं तिनं आपला चेहरा झाकून घेतला. याउलट, हे ऐकत असताना अरातुमी थरथरत होता. सत्य परिस्थिती ऐकून त्याला इतका आनंद झाला होता की, त्याच्या तोंडून शब्द उमटत नव्हता.

सध्या फुलांचा मोसम जोरात होता. केईकोला कामही भरपूर मिळायचं. साऱ्या फुलांना तिनं रक्ताचं शिंपण केलं होतं. ही फुलं विकून जे पैसे मिळायचे होते, त्यातून नवं घर घ्यायचं होतं. तिथं लग्नानंतर राहायचं होतं. गालिचे, फोटो, भांडी, कपडे सारं काही जमवायचं होतं– आपल्यासाठी आणि अरातुमीसाठी.

एक दिवस पोपट– मित्रानं चिंताग्रस्त होऊन केईकोला विचारलं,

"केईको, तू अविचारानं तर रक्त वाया घालवत नाहीस ना?"

"प्रिय मित्रा,

अरातुमीचं शिक्षण संपलं, की आम्ही त्याच्या मिळकतीवर राहू आणि मग मी बरी होईन."– हळुवारपणानं पोपटाची पिसं कुरवाळीत केईको म्हणाली.

पण विवाह होताच ती दोघं एका लहानशा घरात राहायला आली. आता अरातुमीनं शिक्षणाचं नाव टाकलं.

शिक्षणाचा आता कंटाळा आला, या सबबीवर.

"तू फुलं कशी तयार करतेस, हे पाहायला मला जास्त आवडतं"– अशी त्यानं स्तुती करताच केईको हुरळून गेली.

काही वर्षे गेली. आता अरातुमीला वाटू लागलं, की राहतं घर आपल्या अपेक्षांच्या मानानं फारच लहान आणि ओंगळ आहे.

''माझ्या वर्गमित्रांची घरं यापेक्षा दसपटीनं चांगली आहेत. लाज वाटते मला अशा घरी त्यांना बोलवायला''– अरातुमी कुरकुरत म्हणाला.

केईकोची बोटं अधिक परिश्रम करू लागली. पण दिवसाचे सारे तास काम केलं, तरी ते अपुरंच वाटू लागलं. घरासाठी अधिक पैसे जमा होण्याची चिन्हं दिसेनात. सायंकाळी रस्त्यारस्त्यावर, कोपऱ्याकोपऱ्यावर उभी राहून ती फुलं विकू लागली. तर अरातुमी गेयशांबरोबर मौज लुटण्यात, त्यांना उत्तमोत्तम खाद्यगृहांतून हिंडवण्यात गर्क राहू लागला.

''घरी राहून मी करू तरी काय?'' असा त्याचा प्रश्न असायचा आणि त्यात गैर काय होतं?

''केईको, केईको,''– असं म्हणत दुःखी स्वरात पोपट रोज तिचं स्वागत करीत असे. तिचे हे हाल त्याला पाहवेनात. कसेबसे पाय ओढत ती घरी येई आणि पुनः कामाला सुरुवात करीत असे.

आताचं नवीन घर सर्व सुखसोयींनी सज्ज होतं, पण काही दिवसानंतर अरातुमीला ते आवडेनासं झालं. आता त्याला महालाची स्वप्नं दिसू लागली. त्यानं तशी मागणी करताच केईकोनं क्रूद्ध नजरेनं त्याच्याकडे पाहिलं मात्र, अरातुमीनं संतापानं शिव्याशाप देण्यास सुरुवात केली. तर मग प्रथम भेटीत तिनं महालाच्या, श्रीमंत आयुष्याच्या बढाया मारण्याची काय जरुरी होती? आणि आता? हे हलाखीचं आयुष्य तिला रुचत होतं?

केईकोला अपराधी मनाची टोचणी फार अस्वस्थ करू लागली, कारण तिचं आज, अजूनही अरातुमीवर प्रेम होतं.

''होईल रे, आपलाही महाल होईल''– त्याची समजूत घालत आणि महालात राहण्याची त्याची इच्छा पूर्ण करीत केईको म्हणाली.

यानंतर आपला विश्रांतीचा वेळ पूर्वीपेक्षा अधिक कमी करून ती कामाला लागली.

पाहता पाहता केईकोची कीर्ती दशदिशांत जाऊन पोहोचली. फ्रान्समधील फुलांचा एक जाणकार आणि दर्दी 'मॅग्नोल' जपानला भेट देण्यासाठी आला. केवळ केईकोनं तयार केलेली सुंदर फुलं आपल्या चाणाक्ष नजरेखालून घालण्यासाठी. ती फुलं पाहिल्यावर खऱ्या फुलांचा बहर त्याला मोहवेनासा झाला. हवी तशी फुलं करवून घेण्यासाठी त्यानं केईकोला भली मोठी रक्कम देऊ केली. ही फुलं जिवंत फुलांसारखी असायला हवी होती– देठांची आणि पानांची. पांढऱ्या, गुलाबी, पिवळ्या आणि लाल रंगांची.

मॅग्नोलला हवी होती, ती सारी फुलं तयार झाली.

एक दिवस केईकोनं एक अतिसुंदर फूलं तयार केलं. त्याला जांभळ्या रंगाचा

मोहोर आणि देठ होते. पण त्यात जीव ओतण्यासाठी मात्र रक्ताचा आणखी एक थेंब हवा होता. हा थेंब तिच्या रक्ताचा अखेरचा थेंब असणार होता. तसं करण्यापासून पोपट–मित्र सर्वप्रकारे तिला परावृत्त करू लागताच,

"गप्प रहा. कुणाला हवी आहे तुझी बडबड?"– असं म्हणत अरातुमीनं एका पिसाला पकडून पोपटाला दुसऱ्या खोलीत उडवून लावलं.

"अरातुमी, जिवलगा, आता राहता राहिला रक्ताचा एकच थेंब. एकच. फूल जिवंत व्हायला हवं, हे मलाही समजतं, पण..."

"ते काहीही असो. पण हे फूल मला हवंच हवं"– मॅग्नोल म्हणाला, "तू सांगशील ती किंमत मी देईन. पण त्यात तू जीव मात्र ओतायला हवास."

अरातुमी जवळ येऊन तिच्या दोन्ही खांद्यांना हलवत म्हणाला,

"आपल्यासाठी हे फूल म्हणजे काय, ते तुला माहीत आहे ना? महाल. राजमहाल. तू मला ज्याविषयी थापा मारत होतीस, तोच."

सारी शक्ती एकवटून तिनं बोटातून रक्ताचा शेवटचा थेंब बाहेर येऊ दिला. त्या थेंबामुळं फुलामध्ये अखेर जीव उतरला.

"केईको, भानावर ये. अजूनही वेळ गेलेली नाही"– पोपटमित्र सहानुभूती दाखवत केईकोला म्हणाला,

"तू आता किती थकलेली, निस्तेज दिसतेस. तुला स्वत:लाच आता रक्ताची किती जरुरी आहे!"

"तू काळजी करू नकोस मित्रा. आता लवकरच आपण राजमहालात राहायला जाऊ. मी आता राजाची राणी नाही का होणार?"– केईकोनं आपल्या पोपटमित्राला सांगितलं.

अरातुमीला भरपूर पैसे मिळाले.

त्यानं मनपसंत महाल बांधला.

मॅग्नोल फ्रान्सला परतला आणि या खास फुलाचं नामकरण आपल्या नावावरून केलं–

"मॅग्नोलिया."

प्रत्येकाला हवं ते मिळालं.

आणि केईकोला?

तिला मिळाली, ती ही दंतकथा. या फुलाविषयी.

◆

www.ingramcontent.com/pod-product-compliance
Lightning Source LLC
LaVergne TN
LVHW032333220825
819400LV00041B/1363

* 9 7 8 8 1 7 7 6 6 2 0 8 5 *